நிலமடந்தைக்கு...

(கிருஷ்ணம்மாள் ஜெகந்நாதன் - இயக்க வரலாறு)

நரோலா.

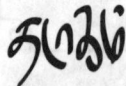

நிலமடந்தைக்கு...
கிருஷ்ணம்மாள் ஜெகந்நாதன் - இயக்க வரலாறு
* ஆசிரியர் : நரோலா
* முதற்பதிப்பு : நவம்பர் 2019 ◆ அட்டை ஓவியம் : ரோஹிணிமணி
* வடிவமைப்பு : வெ. பாலாஜி

Nilamadanthaikku
Krishnammal Jeganathan - Iyakka Varalaru
Author : Narola
©Thadagam ◆ First Edition - November - 2019

Published by Thadagam, 112,Thiruvalluvar Salai,
Thiruvanmiyur, Chennai 600041
Phone : +91- 44 - 4310 0442 | +91 - 89399 67179
www.thadagam.com ◆ info@thadagam.com

ISBN: 978-93-88627-06-1
INR : 100

தமரம்

ஆசிரியர் குறிப்பு:

நரோலா, மயிலாடுதுறை வட்டம், அகர ஆதனூர் கீழ்க்கடக்கம் கிராமத்தை பூர்வீகமாக கொண்டவள். இளங்கலை அறிவியல் மற்றும் முதுகலை பட்டயம் என, மருத்துவத்துறை சார்ந்த படிப்புகளை முடித்துள்ளேன். மானுட தோற்றத்தை அறியும் தீராக் காதலால், மானுடவியலில் முதுகலை பட்டம் பெற்றுள்ளேன்.

ஆரம்ப கால வாசிப்பு, அதிகமும் துப்பறியும் கதைகளில் இருந்து தான் பலருக்கு துவங்குகிறது. அதுபோல், எட்டாம் வகுப்பு படித்த போதே, பொது புத்தகங்களை வாசிக்கத் துவக்கினேன். அப்பழக்கம் வளர்ந்து, காட்டாற்று வெள்ளம் போல் பாய்ந்து, கிடைத்தவற்றை எல்லாம் சுருட்டி, தமிழ்நாடு முற்போக்கு எழுத்தாளர் கலைஞர்கள் சங்கம் என்ற அமைப்புடன் சங்கமிக்க வைத்துள்ளது. அதில் மாநில குழு உறுப்பினர் என்ற பொறுப்புடன் பயணித்து வருகிறேன். ஊட்டச்சத்து நிபுணர், பத்திரிகையாளர், குழந்தைகள் இலக்கிய பதிப்பாளர், பெண்கள் மற்றும் குழந்தைகள் நலச் செயல்பாட்டாளர் என, பல தளங்களில் இயங்கி வருகிறேன். பிறந்த, 49ஆம் ஆண்டில் எழுத்தாளர் என்ற பரிணாமத்தை அடைந்து, உங்கள் முன் நிற்கிறேன்...

அணிந்துரை . . .

முன் மாதிரியாகப் பலரை உதாரணங்களாகச் சுட்டிக் காட்டுவது நம் அனைவருக்கும் எளிது; ஆனால், தன்னையே பலருக்கு முன்மாதிரியாக ஆக்கிக்கொள்வது என்பது அரிது. இந்த அரிதான கூற்றைப் பொய்யாக்கி, தனது எண்ணத்தால், சொல்லால், செயலால் தன்னையே பிறருக்கு முன்னுதாரணமாக வெளிப்படுத்திய தகைமை, காந்திகிராமத்தின் நிறுவனர், டாக்டர் டி. எஸ். சௌந்தரம் அம்மா அவர்களின் செல்ல மகள், பெருமதிப்பிற்குரிய கிருஷ்ணம்மாள் ஜெகந்நாதன் அவர்களென்றால் அது மிகையாகாது.

பட்டிவீரன்பட்டிக்கு அருகில் உள்ள அய்யன்கோட்டைக் கிராமத்தைச் சேர்ந்த, இராமசாமி – நாகம்மையார் என்ற ஏழை உழைப்பாளர்களுக்கு, 1926ஆம் ஆண்டு முதல் பெண் மகவாகக் கிருஷ்ணம்மாள்பிறந்தார். 1950இல்காந்திகிராமத்தில்சௌந்தரம்அம்மா முன்னிலையில் ஜெகந்நாதன் அவர்களைக் கரம்பிடித்தார். அன்றுமுதல் தற்போதைய தனது 93ஆவது அகவை வரையிலும், தாழ்த்தப்பட்ட மக்களுக்காகவும் ஏழை உழைப்பாளர்களுக்காகவும், நிலமில்லா கூலித் தொழிலாளர்களுக்காகவும் போராடிக் கொண்டிருக்கிறார். நிலமீட்புப் போராட்டமாகட்டும், சர்வோதய இயக்கச் செயல்பாடுகள் ஆகட்டும் அனைத்திலும், உழுபவனுக்கே நிலம் சொந்தம் என்ற தாரக மந்திரத்தை முன்னிறுத்தியும், அருட்பெரும் ஜோதி தனிப்பெரும் கருணை என்ற வள்ளலாரின் வாக்கை உச்சரித்தும் தனது இலக்கை நோக்கியே அவரது பயணம் தொடர்ந்து கொண்டிருக்கிறது.

இத்தம்பதியினர் ஆரம்பித்த லாஃப்டி அமைப்பு மூலம் மண் குடிசையில் வாழ்ந்த ஏழைகளுக்கு சுமார் 500 கல் வீடுகளைக் கட்டிக் கொடுத்தது, விளைநிலங்களில் இறால் பண்ணை அமைப்பதற்கு எதிர்ப்புத் தெரிவித்து, உண்ணாவிரதம் மேற்கொண்டு வெற்றிபெற்றது, கீழத்தஞ்சை வடபாதி மங்கலத்தில் மக்கள் ஆதரவுடன் போராடி, கரும்புப் பண்ணையை கலைத்து அந்த நிலத்தை, தாழ்த்தப்பட்ட ஏழை

மக்களுக்குப் பெற்றுக் கொடுத்து, முத்துபேட்டை சீலத்தநல்லூரில் தரிசாகப் போடப்பட்ட நிலங்களை மீட்டு, பெண்களுக்கு பட்டா வாங்கித் தந்தது, நாகை மாவட்டம், கூத்தூர் கிராமத்தைச் சேர்ந்த, தாழ்த்தப்பட்ட மக்களுக்கு தாட்கோ திட்டத்தின் உதவியுடன் 1000 ஏக்கர் நிலத்தை நிலச்சுவான்தார்களிடமிருந்து பெற்று 1000 குடும்பங்களுக்கு நிலப் பட்டா வாங்கித் தந்தது, கீழ்வெண்மணி, வலிவலம் போராட்டம், ஆரம்ப காலத்தில் வினோபா பாவேயின் பூதான இயக்கத்தில் தங்களை இணைத்துக்கொண்டு, நிலங்களைத் தானமாகப் பெற்று, ஏழைகளுக்கு விநியோகித்தது, பீகார் மாநிலத்தில் போராடி நிலமில்லா ஏழைகளுக்கு நிலம் பெற்றுத் தந்தது என இந்த இணைபிரியா தம்பதியினரின் சாதனைகளைப் பட்டியலிட்டால் அவை நீண்டுகொண்டே போகும்.

காந்திஜிக்கு எவ்வாறு ஒரு கஸ்தூரிபாய் பின்புலமாக இருந்து, அவரது அனைத்துச் செயல்பாடுகளிலும் பக்கபலமாகவும், உறுதுணையாகவும் இருந்தாரோ அதுபோலவே, கிருஷ்ணம்மாள் அவர்களின் அனைத்துப் போராட்டங்களிலும் முயற்சிகளிலும், திட்டங்களிலும் பூதான இயக்கத்தின் தமிழக முன்னோடியான ஜெகந்நாதன் அவர்கள் அவருக்கு உற்ற பங்காளராகவும் ஏற்ற செயல்வீரராகவும், போராளியாகவும் இருந்து அனைத்திலும் அவரை வெற்றி பெறச் செய்தார். பெண்களை போராட்டங்களில் முன்னேடுக்க வைத்ததில் கிருஷ்ணம்மாளுக்கு நிகர் அவரே.

தனது தொன்னூற்று மூன்றாண்டு கால வாழ்க்கைப் பயணத்தில் ஏழை எளியவர்க்காக, குறிப்பாக தாழ்த்தப்பட்ட மக்களின் ஆபத்பாந்தவனாக இருந்து, அரும்பெரும் சேவைகள் புரிந்து அனைவரின் நெஞ்சங்களிலும் நீங்கா நினைவில் இடம்பெற்றுள்ள **"கிருஷ்ணம்மாள் ஜெகந்நாதன் அவர்களின் இயக்க வரலாறு"** என்கிற உட்தலைப்பில், அவரது சாதனைகளையும் வேதனைகளையும் தொகுத்து வெளிவரும் இந்நூல், இக்கால இளைஞர்களுக்கும், சமூக அக்கறையாளர்களுக்கும், வருங்கால சந்ததியினருக்கும் ஒரு நல்ல முன்னுதாரணமாக இருக்குமானால், அதுவே அவரது சேவைக்குக் கிடைத்த பெரும் வெற்றியாகும் எனக் கருதுகிறேன். இந்த இயக்க வரலாற்றை காலக்கிரமமாகத் தொகுத்து எழுதிய ஆசிரியர் நரோலா அவர்களுக்கும், இக் காலகட்டத்தில், இந்நூலை மனமுவந்து வெளியிட முன்வந்த தடாகம் பதிப்பகத்தாருக்கும் வாழ்த்துக்களும் பாராட்டுகளும்!

அன்புடன்,
கி. சிவக்குமார்
காந்திகிராமம் நிர்வாக அறங்காவலர்
03.03.2019 காந்திகிராமம் அறக்கட்டளை

நூல் ஆக்கத்தில் என்றும் நினைவில் இருக்க கூடியவர்கள்...

பிரமீளா கிருஷ்ணன் : *எழுத்தை நோக்கி நகர்தியவர்.*

அமுதரசன் : *தடாகத்தில் இடம் அளித்தவர்.*

மலரமுதன் : *மெய்ப்பு பார்த்து மெருகேற்றியவர்.*

தினேஷ் - கார்திக் : *தட்டச்சு செய் நேர்த்தி.*

ஹேமாவதி ஹேம்ஸ் : *தொழில்நுட்ப பயன்பாட்டை எளிமையாக்கியவர்.*

பாலாஜி : *உள் வடிவமைப்பு.*

ரோஹிணி மணி : *முகப்பட்டை ஓவியம்,*

இளங்கோ : *அழைத்த உடன் செயல்படும் நண்பர்.*

காந்தி : *கேட்கின்ற தகவல்களை உடனுக்குடன் மினஞ்சல் அனுப்பிய அன்பான அண்ணன். (கிருஷ்ணம்மாளின் பேரன்)*

இளங்கோ : *குடும்ப விவரங்களை விரிவாக விளக்கிய அண்ணன். (கிருஷ்ணம்மாளின் அண்ணன் மகன்)*

சாதிக் : *முந்துதவுபவர்.*

பெரும் நிலக்கிழார்கள், பண்ணையார்கள், ஆட்சியாளர்கள் மட்டுமே இம்மண்ணில் வாழப்பிறந்தவர்கள் என்ற மனப்போக்கு மேலோங்கியிருந்த காலம் அது.

பண்ணைகளில் வேலை செய்யும் விவசாயி, அவரது குடும்பத் தாருடன் அடிமையாகவே பாவிக்கப்பட்டனர். உழைப்புக்கு பழக்கிய விலங்குகளுக்கும், இவர்களுக்கும் பேதம் இல்லாமல் இருந்தது. அதிலும், தாழ்த்தப்பட்ட வகுப்பினர், மிகவும் கீழ்நிலையில் தள்ளப் பட்டிருந்தனர். கட்டளையை நிறைவேற்றாத அடிமைகள், சவுக்கால் வெளுக்கப்பட்டனர்.

மறுநாள் வேலைக்கு வரவேண்டும் என்பதற்காக, உயிரை மட்டும் வாங்குவதில்லை. சாணிப்பால் குடித்து அவமானப்பட வேண்டிய நிலையும் இருந்தது. எவ்வளவு அவமானப் பட்டாலும், ஆண்டையை நிமிர்ந்து பார்க்கக்கூடாது.

பெண்களின் நிலையோ மிகவும் மோசம். அவற்றின் விவரிப்பு சொற் களில் அடங்காது. மேல் உடம்பை மூடாமல், கரண்டை காலுக்கு மேல் உடுத்திய சேலையுடன் வயலில் குனிந்து வேலை செய்ய வேண்டும்.

திருமணத்தன்று, பெண்ணின் முதலிரவு கணவனுடன் அனேகமாக இருப்பதில்லை. இங்கு மட்டும் சாதி பார்ப்பது மறுக்கப்படும். பிள்ளை பெற்ற மறுநாளே வயலில் வந்து நிற்க வேண்டும். அழும் பிள்ளைக்கு பால் ஊட்ட முடியாது. முலைப்பால் நாற்றில் சிந்தி சிதறும். நடவு முடியும் வரை நிமிரக்கூடாது.

நடவு தொடங்கி முடியும் வரையில், குறுக்கு வலியை சகித்து நிற்க வேண்டும். நிமிர்ந்து பார்க்க வழியில்லை. மாச ரோதனையில் உதிரம் வழிந்தாலும் துடைக்க வக்கில்லை.

இவ்வாறு, கூனி குறுகி வேலை செய்தாலும் அரைவயிறு கஞ்சிக்கு தான் கூலி கிடைக்கும். கூலி நெல்லை ஊற வைத்து உலர்த்தி அரைக்க நேரமில்லாமல், ஊற வச்ச உடனே அப்படியே குத்தி, கும்ப வாசனை யோடு கஞ்சி காய்ச்சி குடிக்க வேண்டும். உயிர காப்பாற்றிக்க, மறுநாள் வேலைக்குப் போவார்கள்.

சமயத்தில், கஞ்சிக்கு வெங்காயம், காணப்பயிறு துவையல், வயலில் பிடித்த நண்டு போன்றவை தொட்டுகையாக இருக்கும். பண்டிகை நாட்களில் எஜமான் வீட்டில் வடித்து போடும் கும்பச்சோறு தான் நெல் சோறு.

இந்த நிலை எல்லாம் ஏதோ இருநூறு, முன்னூறு ஆண்டுகால வாழ்க்கை அல்ல... நம் பாட்டி தாத்தா காலத்தில் ஏறக்குறைய, 50 ஆண்டுகளுக்கு முன் வரை, தென்னிந்தியாவின் நெற்களஞ்சியமான தஞ்சை மாவட்டத்தில் நிலவிய கொடுமை. உழைத்து வாழ்ந்தவர்கள், ஒடுக்கப்பட்ட நிதர்சன வாழ்வு இது.

தஞ்சை, திருவாரூர், நாகை என, மூன்று மாவட்டங்களாகப் பிரிக்கப்பட்ட நிலப்பரப்பும், புதுக்கோட்டை மாவட்டத்திலுள்ள அறந்தாங்கி, பட்டுக்கோட்டை வட்டாரமும், காரைக்கால் பகுதியும் இணைந்தது தான் அன்றைய தஞ்சை மாவட்டம்.

ஜமீந்தாரி முறையில் நிலங்கள் இருந்த அறந்தாங்கி, பட்டுக் கோட்டை, கும்பகோணம், தஞ்சாவூர் பகுதிகள் மேலத்தஞ்சை என்றும், ரயத்துவாரி மற்றும் மகல்வாரி வழி முறையில் அடங்கிய நிலப் பகுதிகள் இருந்த மயிலாடுதுறை, திருவாரூர், நாகப்பட்டினம், காரைக்கால் பகுதி போன்றவை கீழத்தஞ்சை என்றும் வகுக்கப்பட்டிருந்தன.

விவசாய நிலங்கள், தானமாகவும் பரிசாகவும் வழங்கப்பட்டவை தவிர, மற்ற யாவும் இந்த நிலப்பரப்பின் ஆளுகைக்கு உட்பட்டிருந்தன. சிறு மற்றும் குறு விவசாயிகள், பெரும்பாலும் குத்தகைதார்ர்களாகவே இருந்தனர்.

காவிரி பாசனத்தால் செழித்து வளர்ந்து முற்றிய பயிர்கள், அன்று பாடுபட்ட மக்களின் பசியை ஆற்றவே இல்லை.

தஞ்சை மண்ணில் செங்கொடி இயக்கத்தால் துவங்கப்பட்ட விவசாய தொழிலாளர் சங்கம் விழிப்புணர்வை ஏற்படுத்தியது. உழைப்பாளர்கள் கக்கத்தில் செருகிய துண்டை, தோளில் போட வைத்து, காலில்

செருப்பணிய வைத்தது. அது மட்டுமல்லாமல் கரண்டைக்காலுக்கு மேல் இருந்த சேலையை, கணுக்காலுக்கு இறக்கியது. அரை ஆள் கூலிக்கு அமர்த்தப்பட்டிருந்த குழந்தைகளை, பள்ளிக்கு அனுப்பியது. இப்படி செங்கொடி இயக்கம், அடுத்தடுத்து ஆண்டைகளுக்கு எதிரான செயல்களை அரங்கேற்றியது.

அது, 1950களின் தொடக்க காலம். கிருஷ்ணம்மாள், ஜெகந்நாதன் இவ்விருவரும் தம்மை கிராமசுயராஜ்யம், வினோபாவின் பூமிதான இயக்கம், சர்வோதய செயல்பாடுகளில், இத்தம்பதியர் முழு அர்ப்பணிப் போடு ஈடுப்பட்டு வந்தனர். கீழவெண் மணியில் நடந்த கொடூரத்திற்கு பின், 'உழுபவனுக்கு நிலம் சொந்தமாக வேண்டும்' என்ற உயரிய நோக்கத்தோடு தஞ்சை தரணியில் சேவை புரிய கால் எடுத்து வைத்தனர்.

ஆங்கிலேயே ஆட்சியின் போது துவங்கிய போராட்டங்களும், அதனால் ஏற்பட்ட உயிர் தியாகங்களுக்கும் பின்னும் மாற்றங்கள் ஏற்படவில்லை. அதன் பிறகுதான் ஜமீன்தாரி, இனாம்தாரி மற்றும் ரயத்துவாரி முறை ஒழிப்பு சட்டங்கள் வந்தன. விடுதலைக்குப் பின்னர் தஞ்சாவூர் பண்ணையாள் சாகுபடி பாதுகாப்பு சட்டம் போன்றவை வந்தன. இந்த சட்டங்கள் எல்லம் இருந்தாலும், ஆண்டைகளும், ஆட்சியாளர்களும் அவற்றை அனுசரிக்க விரும்பவில்லை.

ஆட்சியாளர்களின் தயவால், தடையின்றி ஆண்டைகளே தர்பார் நடத்திக் கொண்டிருந்தனர். எந்தவித இடைஞ்சலும் அரசால் வரக் கூடாது என்பதற்காக, சாதகமாக அரசியல் சாயம் பூசிக் கொண்டனர்.

குன்னியூர் சாம்பசிவ ஐயர், கபிஸ்தலம் மூப்பனார், வலிவலம் தேசிகர் போன்றவர்கள் காங்கிரஸ் துண்டை கவசம் ஆக்கிக்கொண்டனர். வடபாதிமங்கலம் தியாகராஜ முதலியார், நெடும்பலம் சாமியப்ப முதலியார் மற்றும் நாயுடு வகையறாக்கள் எல்லாம் திராவிட கரை வேட்டி கட்டிக் கொண்டு மாறினர்.

நில உச்சவரம்புச் சட்டம் வந்தவுடன், அவர்கள் சிந்தனை வேறு திசையில் பயணித்தது. இதுவரை அனுபவித்து நிலங்களை அறக்கட்டளை பெயரிலும், பணப்பயிர் சாகுபடி என்றும் கணக்கு காட்டி, பினாமி பெயர்களில் ஆர்.டி.ஆர். என, பத்திரப்பதிவு செய்து பத்திரப் படுத்திக் கொண்டனர்.

இவர்களுக்கு ஊழியம் செய்யவே, 'கிஷான் போலீஸ்', 'கிஷான் தாசில்தார்' என, சிறப்பு படை அதிகாரிகளை தஞ்சைத் தரணிக்கு மட்டும் அரசு நியமித்து பாதுகாத்தது.

ஒரு நிலகிழாருக்கு, 100 போலீஸ் காவல் என, பாதுகாப்பு மிக பலமாக இருந்தது. போலீசுக்கு சம்பளம் அரசால் வழங்கப்பட்டாலும் ஏனைய சலுகைகள் எல்லாம் தாராளமாக அந்தந்த நிலக்கிழாரின் வீடுகளில் கிடைத்தது.

ஆண்டைகளின் வீடுகளில் எப்போதும், அணையா அடுப்பு எரிந்து கொண்டே இருந்தது. வால் ஆட்டப்படும் அளவிற்கு ஏற்ப, சலுகைகள் வாரி வழங்கப்பட்டன.

வலிவலப் போராட்டம்: (1972-1975)

வலிவலம் தேசிகர் அந்த வட்டாரமே கும்பிடுபோடும் அளவிற்கு பெரும் நிலக்கிழார். தனது செல்வாக்கை தக்க வைத்துக் கொள்ள காங்கிரஸ்காரர் என்ற அங்கவஸ்திரம் தேவைப்பட்டது. நில உச்ச வரம்பு சட்டம் வந்தவுடன், பாதையை மாற்றினார். தான் இதுவரை அனுபவித்து வந்த நிலங்களை, 13 அறக்கட்டளைகள் துவக்கி, பிரித்து கிட்டத்தட்ட, 536 ஏக்கர் நிலத்தை அவற்றுக்கு எழுதிவிட்டார்.

பாண்டிய மன்னரால் மானியமாக இருதய கமல நாத சுவாமி கோயிலுக்கு எழுதி வைக்கப்பட்ட நிலங்களான, 304 ஏக்கரையும், 54 குத்தகைதாரர்கள் பெயரில் பினாமியாக ஆர்.டி.ஆர். பதிவு செய்து பத்திரப்படுத்திக் கொண்டார். ஏனைய நிலங்கள், உற்றார் உறவினர் பெயரில் பதிவாகி பக்காவாக பாதுகாக்கப்பட்டு வந்தது.

நாடு சுதந்திரம் அடைந்த போதும், இவரது ஆளுகைக்கு உட்பட்ட, ஏழு கிராமங்களிலும் ஏழை எளிய தாழ்த்தப்பட்ட மக்கள், பண்ணை அடிமைகளாகவே தொடர்ந்து நடத்தப்பட்டனர். விவசாய தொழிலார்கள் சங்கத்தை தஞ்சை தரணியில், செங்கொடி இயக்கம் அமைத்து தொடர் போரட்டங்களையும், முத்தரப்பு மாநாடுகளையும் நடத்தி, உழைப்பிற்கு ஏற்ற கூலியையும் உள்ளூர் தொழிலாளிக்கு வேலையையும் உறுதி செய்தது.

இதற்காக அமைக்கப்பட்ட ஒருநபர், கணபதியாப்பிள்ளை கமிஷன் அறிக்கைப்படி, தானியமும் பணமும் வழங்கும் கூலிமுறை நெறிபடுத்தப்பட்டது. 'இதுநாள்வரை தானியமாக வழங்கப்பட்டு வந்த கூலியுடன், அரைப்படி நெல் கூடுதலாக வழங்கப்படல் வேண்டும்; பணமாக ஆண்களுக்கு வழங்கிய 1.50 ரூபாய் இனி 3.00 ரூபாய் என்றும், பெண்களுக்கு வழங்கிய, 50 காசு இனி 1.75 ரூபாய் ஆகவும் வழங்க வேண்டும்' என்று பரிந்துரைத்தது. உள்ளூர் தொழிலாளிகளுக்கு, வேலையில் முன்னுரிமை வழங்கவும் வலியுறுத்தியது.

குத்தகைதாரர்களிடம், நிலகுத்தகைக்கான ஆவணங்கள் இருப்பது இல்லை. அவையெல்லாம் நிலக்கிழார்களின் இரும்புப்பெட்டியில், பத்திரமாக பூட்டி வைக்கப்பட்டிருந்தன. இதை எதிர்த்து நடத்தப்பட்ட தொடர் போராட்டங்களால், 'குத்தகைதார் பாதுகாப்பு பதிவுச் சட்டம்' கொண்டுவரப்பட்டது. இச்சட்டத்தின்படி குத்தகைதாரரிடம் ஆவணங்களை கேட்காமல், ஸ்தல விசாரணை, வாய்மொழி சாட்சியம், பக்கத்து நிலக்காரரின் சாட்சியம் இவற்றின் அடிப்படையில் உரிய குத்தகை ஆவணங்கள் பதியப்பட வேண்டும் என்று பரிந்துரைத்தது.

இதன்விளைவாக தஞ்சை தரணியெங்கும், லட்சத்திற்கும் மேற்பட்ட குத்தகை விவசாயிகள் ஆர்.டி.ஆர். பதிவு பெற்று வட்டாட்சியர் மற்றும் கிராம நிர்வாக அலுவலர்களிடம், அதற்கான நகல் இருக்கும் படி உறுதி செய்யப்பட்டது.

அரசின் சட்டங்களையும், கமிஷனின் பரிந்துரைகளையும் தேசிகர் ஒரு பொருட்டாக எண்ணவில்லை. தனது ஆளுகைக்கு உட்பட்ட நிலப்பகுதியில், அதே அரசின் உறுதுணையுடன் காவல்துறையின் கட்டுக் கோப்பான அனுசரணையுடன் தனி தர்பார் நடத்திக் கொண்டிருந்தார்.

கிராம சுயராஜ்ய பாதயாத்திரையாக வந்த போது, வலிவலம் கிராம வரலாற்றை சர்வோதய தம்பதியான கிருஷ்ணம்மாள் – ஜெகந்நாதன் இருவரும் அறிந்து கொண்டனர். பண்ணையடிமைகளுக்கு இழைக் கப்படும் அநீதிகள், தீண்டாமை கொடுமை போன்றவற்றை எடுத்து உரைத்து, மக்களை திரட்டினர். தேசிகரை எதிர்க்க, கிருஷ்ணம்மாள் அங்கேயே மக்களுடன் தங்கி களப்பணி ஆற்ற முடிவு செய்தார். அவரை வலிவலம் கிராமத்தில் விட்டுவிட்டு ஜெகந்நாதன் மற்ற ஊழியர்களுடன் பாதயாத்திரையை தொடர்ந்தார்.

கீழ் வெண்மணியில் கைகொடுத்த திட்டத்தையே வலிவலத்திலும் செயல்படுத்தினார் கிருஷ்ணம்மாள். கிராம மக்களின் ஆதரவை பெறவும், தகவல்களைத் திரட்டவும் ஒரு கிராமத்தில் தங்கி பாலர் பள்ளியை துவங்கினார். ஒடுக்கப்பட்ட மக்களின் குழந்தைகளுக்கு தமிழ் கற்பிக்க துவங்கினார். பின்னர் ஆங்கிலத்தையும் கற்பிக்க ஆரம்பித்தார். குழந்தைகளை தொடர்ந்து பெண்களும், ஆண்களும் அவரை நோக்கி வரத்துவங்கினர்.

ஆசிரியை கிருஷ்ணம்மாளின் இனிய குரலும், கனிவான பேச்சும் அவர்களை கட்டிப்போட்டது. பகல் வேளையில், கொளப்பாடு கிராமத்தில் சண்முகம் வீட்டிலும், இரவில் முத்துமணியம் வீட்டிலும் தங்கிக்கொண்டார்.

கருக்கல் வெளுக்கும் முன்னே இவரது நடைப்பயணம் துவங்கும். சூரிய ஒளி கண்ணில் படும்போது அருகில் வயற்காடுகளில் வேலை செய்யும் பெண்களை அணுகுவார். அவர்களுடன் பேச்சுக்கொடுத்து குடும்ப நிலவரங்களை அறிவார். சமயங்களில் அவர்களுடன் வயலில் வேலையும் செய்வார். வேலைநேர இடைவெளியின்போது, பெண்கள் கொண்டு வந்திருக்கும் பழைய கஞ்சியை பகிர்ந்து கொள்வார். இது தான் இவரது பகல் உணவு. மாலையில் பாலர் பள்ளியை சுற்றியுள்ள வீடுகளில் இருந்து வரும் சுடுகஞ்சியோ, ரசம் சோறோதான் இரவு உணவு.

வலிவலத்தின் சுற்றுவட்டாரத்தில் ஏழு கிராமங்கள். அங்கு தாழ்த்தப் பட்ட மக்கள் குடியிருக்கும் பகுதிக்கு, குடிதண்ணீர் கிணறோ, குழாயோ இல்லை. ஆடு, மாடுகள் குடிக்கும் குளத்தில் இருந்துதான், குடிதண்ணீர் எடுத்து மக்கள் புழங்கினர். அந்த குளம் பாசிபடர்ந்து தூய்மையற்றதாக இருந்தது. இந்த நிலையை, ஜெகந்நாதனுக்கு, கிருஷ்ணம்மாள் எடுத்துரைத்தார்.

உடனே, இந்த கிராமங்களில் கிணறு தோண்டவேண்டியதன் அவசியத்தை எடுத்துரைத்து, அதற்கு நிதிவேண்டி டில்லியிலுள்ள காந்தி நூற்றாண்டு விழாகுழுவிற்கு ஜெகந்நாதன் கடிதம் எழுதினார். ஏழு கிராமங்களிலும் கிணறுவெட்ட நிதி வந்தது. ஆனால், தேசிகரை பகைத் துக்கொள்ள, கிராம மக்கள் அஞ்சினர்.

வலிவலம் கோயிலில் நீர் மோர் கொடுக்கும் வைபவம் கோலாகலமாக கொண்டாடப்படும். அன்றுமட்டும் தாழ்த்தப்பட்ட மக்கள் சாமியை தோளில் சுமந்து, தெருக்களில் ஊர்வலமாக செல்வர். கோயிலின் வெளியே, சாமியை இறக்கியவுடன், அனைவருக்கும் நீர்மோர் வழங்கப் படும். இந்த வைபவ செலவு அனைத்தும் தேசிகரின் உபயம் என்று மக்களுடன் சேர்ந்து கிருஷ்ணம்மாளும் நம்பிக்கொண்டிருந்தார்.

இந்த நீர்மோர் வழங்கலும், சாமியை தூக்கி ஊர்வலமாக செல்ல அனுமதிப்பதும், கோயில் நிலங்களில் சாகுபடிக்கு கணக்குகாட்ட செய்யப்படும் கண்துடைப்பு வைபவம் என்ற உண்மையை, கீரன்குடி இளைஞர் அய்யாக்கண்ணு போட்டுடைத்தார்.

இதையடுத்து அய்யாகண்ணுவை அடிக்கடி சந்தித்து கிராமம் பற்றிய நிலவரங்களை, கிருஷ்ணம்மாள் தெளிவாக அறிந்து கொண்டார். இவர் அறிமுகப் படுத்திய ருத்ரபதி, முதல் கிணறு வெட்ட இடம் தந்தார். ஆனால் மக்கள் உதவ முன்வரவில்லை. மனம் தளராத கிருஷ்ணம்மாளுக்கு உதவ ஓடோடி வந்தார் ஜெகந்நாதன்.

❖ தடாகம் வெளியீடு ❖

இரவில் ஜெகந்நாதன் கிணறு வெட்ட, மண் சுமந்தார் கிருஷ்ணம்மாள். அய்யாகண்ணு, முத்துமணியன் மற்றும் ருத்ரபதியும் உதவிகரம் நீட்டினர். கிணற்றில் தண்ணீர் ஊற்றெடுத்ததும் ஒரே ஆனந்தம். ஊற்றெடுத்தது தண்ணீர் மட்டுமில்லை; மக்கள் மனதும் தான். முதல் கிணறு வெட்டிய வெற்றியால், கிராம மக்கள், கிருஷ்ணம்மாளுடன் இன்னும் நெருக்கமானார்கள்.

கிருஷ்ணம்மாளை கூப்பிட்டு தேசிகர் எச்சரித்தார். அவர் கலங்க வில்லை. மக்கள் உறுதுணையுடன், கிருஷ்ணம்மாள் அடுத்தடுத்தப் பணிகளில் கவனம் செலுத்தினார். மற்ற கிராமங்களிலும், குடிதண்ணீர் கிணறுகள் வெட்டப்பட்டன.

கொத்தங்குடி கிராமத்தில், பட்டாமணியாரை எதிர்த்து, வெஜகான் என்ற இளைஞர் குரல் எழுப்பிக் கொண்டிருந்தார். இந்த பட்டா மணியார் நிலஉச்சவரம்பு சட்டத்தில் இருந்து தப்பிக்க, நான்கு ஏக்கர் நிலம் கோழி வளர்க்க விடப்பட்டதாக, கணக்குக் காட்டினார்.

தனது நிலத்தில் தாழ்த்தப்பட்ட மக்களின், ஆடு, மாடு போன்றவை மேய்ந்துவிடக்கூடாது என்பதற்காக, இரக்கமே இல்லாமல் நிலத்தைச் சுற்றி புல் வெளியில் விஷம் தெளித்து விடுவார். விஷ நெடி ஆடு, மாடு களை தாக்கியதுடன், மக்களுக்கும் பாதிப்பு ஏற்படுத்தியது. இதைத் தட்டிக்கேட்ட வெஜகானின் குடிசையை பிரித்து எறிந்தார். அந்த இளைஞருக்கு ஆதரவாக, நாசமாக்கிய குடிசைக்கு மாற்றாக, வீடு கட்டிக்கொடுத்தார், கிருஷ்ணம்மாள்.

பகலெல்லாம் மக்களை திரட்டும் பணிக்காக அலைந்து விட்டு, இரவில் கொத்தங்குடி கிராமத்தில், வெட்டவெளியில் படுத்துறங்குவார் கிருஷ்ணம்மாள்.

குடியிருக்கும் தெருவில், தாழ்த்தப்பட்டவர்கள் நடமாட, பரம் பரையாக தடைவித்திருந்தார் வலிவலம் தேசிகர். தெருவின் இரு முனையிலும் முள்வேலி அமைத்து, தாழ்த்தப்பட்டவர் நிழல்கூட, தெருவில் விழக்கூடாது என்பதில் தீவிரமாக இருந்தார். எப்போதும் கண்கொத்தி பாம்பாக, தெருவில் காவல் ஆட்கள் விழித்திருப்பார். இந்த தீண்டாமை வேலியை உடைத்து நொறுக்க ஒரு வழி கண்டார் கிருஷ்ணம்மாள்.

அது, மார்கழி மாதம். கிராம பெண்களை திரட்டினார். அதிகாலை, குளிர்ந்த நீரில் நீராடிவிட்டு ஈரத்தலையுடன் கைகளில் விளக்கு ஏந்தி வரச்சொன்னார். கிருஷ்ணம்மாள் முன்னே செல்ல பெண்கள் அவரின்

பின்னே விளக்கு ஏந்தியபடியே கொட்டும் பனியில் அணிவகுத்தனர். ஆலத்தம்பாடி ராமசாமி, வெண்கலகுரலால் பக்திப்பாடல்களைப் பாட, திருப்பி பாடியபடி வலிவலம் தேசிகரின் தெருவழியே கோயிலை நோக்கி, பெண்கள் பஜனை ஊர்வலமாக சென்றனர்.

தேசிகரின் காதுக்கு தகவல் வேறு மாதிரி சென்றது. இவர்கள் வெளியூர் பெண்கள்... நேர்த்திக்கடனை செலுத்த கையில் விளக்குடன் செல்கின்றனர் என்றே தகவல் சென்றது. விடிந்ததும் தான் உண்மை தெரியவந்தது. வீதிவழியேச் சென்றவர்கள் வெளியூர் ஆசாமிகள் அல்ல; உள்ளூர் தாழ்த்தப்பட்டவர்கள் தான் என்று...

அவர்களை இப்படி தூண்டியது கிருஷ்ணம்மாள் என்பதையும் அறிந்து வெகுண்டார். தான் விதித்திருந்த பரம்பரை கட்டுப்பாட்டை தகர்த்தெறிந்த கிருஷ்ணம்மாள், ஜென்ம விரோதி ஆனார். 'இனி கிருஷ்ணம்மாள் முன்னெடுக்கும் எந்த காரியத்துக்கும் மக்கள் ஒத்து உழைக்கக்கூடாது' என முட்டுக்கட்டை போட்டார்.

தன்னை அவமதித்து வீதிவழியேச் சென்றவர்களை தண்டிக்க தக்கத் தருணத்தை தேடி காத்திருந்தார்.

அறுவடைக்காலம் வந்தது. வெளியூரில் இருந்து ஆட்களை அழைத்து வந்து இறக்கினார் தேசிகர். ராமநாதபுரத்தில் இருந்து வந்த விவசாய ஒப்பந்த கூலிகள், தேசிகரின் நிலத்தில் அறுவடைக்குத் தயாராயினர். தன்னை பகைத்துக்கொண்ட மக்களை பட்டினிப்போட்டு அடிபணிய வைக்கவே இத்திட்டம்.

வெளியூர் ஆட்கள் வேலைசெய்வதை தடுத்து நிறுத்த கிருஷ்ணம்மாள் பெண்களைத் திரட்டி வயலில் இறங்கினார். அறுவடையில் ஈடுபட்டிருந்த வெளியூர் ஆட்களை தடுத்துநிறுத்தி களத்துமேட்டில் ஏற்றினார். அவர்களிடம் இருந்து அரிவாள்களைக் கைப்பற்றி அருகில் இருந்த காவல் நிலையத்தில் ஒப்படைத்து வெளியூர் ஆட்கள் மீது நடவடிக்கை எடுக்கச்சொன்னார். தேசிகரின் கட்டுப்பாட்டில் இருந்த காவல்துறை கமுக்கமாக இருந்தது.

அறுவடை வயலில் வெளியூர் ஆட்களை வேலை செய்ய விடாமல் தடுத்து நிறுத்த கிருஷ்ணம்மாள் முன்னெடுத்தப் போராட்டம், பண்ணைகளுக்குள் சலசலப்பை ஏற்படுத்தியது. தி.மு.க. ஆட்சியில் கொண்டுவரப்பட்ட, 'குடியிருக்கும் நிலம் குடியிருப்போருக்கே சொந்தம்' என்ற சட்டமும், கோயில் நிலங்கள் நிலமற்ற ஏழை விவசாயிகளுக்கு பகிர்ந்து அளிக்க வேண்டும் என்ற சட்டமும் தேசிகரை ஆலோசிக்க வைத்தது.

❖ தடாகம் வெளியீடு ❖ 14

வடக்குவேலி கிராமத்திற்கு அரசு அதிகாரிகள் வருகிறார்கள் என்ற தகவல் தேசிகருக்கு எட்டிய உடனே, தனது ஆளுமையின்கீழ் உள்ள நிலத்தில் குடியிருந்த, 34 குடிசைவாசிகளையும் அடித்து துரத்தி கூரை களை பிய்த்து எறிந்தார். அந்த இடத்தில் எருமை மாடுகளை கட்டினார். 'இந்த இடம் குடியிருப்பு அல்ல; மாட்டு கொட்டகை...' என, நிறுவ சதி செய்தார்.

குடிசைகளை இழந்த மக்கள் திக்குத்தெரியாமல் கதறி அழுது கொண்டிருந்தனர். கொடுமையை கேள்விப்பட்ட சுற்றுவட்டார மக்கள் வடக்குவேலி நோக்கி, ஆவேசமாக குவியத் தொடங்கினர். ஒவ்வொரு கண்களிலும், ஆவேசக் கனல் தெறித்துக்கொண்டிருந்தது.

கோபாவேசத்தில் இருந்த மக்களிடம், 'தேசிகரின் திட்டம் நிறைவேறக்கூடாது. குடியிருந்த, 34 குடிசை வாசிகளுக்கும் இந்த இடம் சொந்தமாக வேண்டும். அனைவரும் சேர்ந்து குடிசைகளை உருவாக்கி தருவதே, தேசிகருக்கு கொடுக்கும் அடி. ஆதலால், உங்களால் முடிந்த கம்பு, கீற்று, கயிறு கொண்டு வாருங்கள். இப்போதே குடிசைகளை கட்டித்தருவோம்' என்று ஆவேசமாக பேசினார் கிருஷ்ணம்மாள்.

இந்த ஆலோசனையை ஏற்றுக் கொண்ட மக்கள், இயன்ற பொருட் களுடன் வந்தனர். எருமை மாடுகள் அவிழ்த்து விரட்டப்பட்டன. மளமளவென்று, 34 குடிசைகளும் விடிவதற்குள் எழும்பி விட்டன. அதிகாரிகள் பார்வையிட்டு அது, குடியிருப்பு பகுதி தான் என்றும், குடியிருந்த, 34 குடும்பங்களுக்கும் சொந்தமாக்கப் பரிந்துரைத்தனர்.

தேசிகரின் பரந்துவிரிந்த ஆளுகையின் வாசல்கள் ஒவ்வொன்றாக அடைப்பட்டு வந்தது. இதை எண்ணி அவர் ஆழமாக சிந்தித்தார்.

தேசிகர் அனுபவித்த, கோயில் நிலங்களை குத்தகைக்கு எடுத்து சாகுபடி செய்வதாக கணக்கு காட்டப்பட்ட, 54 பேரையும் தேடிக் கண்டு பிடித்தார் கிருஷ்ணம்மாள். அனைவருமே தேசிகரின் பண்ணையடி மைகள் தான். தங்கள் பெயரில் நிலமிருப்பது தெரியாத அப்பாவி மக்கள். இவர்களுக்கு, தீபாவளி, பொங்கல் மற்றும் ஊர்த்திருவிழாக்காலங்களில், ஒரு ஜோடி வேட்டி துண்டு கொடுத்து குடிக்க சாராயமும் தருவதுதான் தேசிகரின் தர்மம்.

தங்கள் பெயரில் சொந்தமாக நிலம் இருக்கிறது என்று கிருஷ்ணம்மாள் எடுத்து கூறியதை அவர்களால் நம்ப முடியவில்லை. அனைவ ரையும் தாலுகா அலுவலகத்துக்கு அழைத்துச்சென்று அவர்கள் பெயரில் பதியப் பட்ட நிலப்பட்டா ஆவண நகல்களை காண்பித்தார். மக்களுக்கு விழி பிதுங்கும் அளவுக்கு ஆச்சரியம். இருந்தாலும் தேசிகரை பகைத்துக் கொள்ள விரும்பவில்லை. ஆனால் ஒன்பது பேர் மட்டும், தங்கள் பெயரில் இருக்கும் நிலத்தில் உழவடைச் செய்ய முன்வந்தனர்.

கிருஷ்ணம்மாள் உடன் க்ரைஸ் சாண்டலர்

கிருஷ்ணம்மாளுக்கு நம்பிக்கையின் ஒளிக்கீற்று மின்னலாய் தெரிந்தது. அதனை இறுகப்பற்றிக்கொண்டார்.

தங்கள் சொந்த நிலங்களில் விவசாயம் செய்ய முனைந்த அந்த ஒன்பது பேருக்கு உறுதுணையாக பெண்களைத் திரட்டிய கிருஷ்ணம்மாள் வயலில் இறங்கி வேலையை தொடங்கினார். நெல்மணிகள் முற்றி அறுவடைக்குத் தயாரானது. அதுவரை பண்ணையடிமைகளாகவே இருந்த ஒன்பது பேரும் சொந்த நிலத்தில் உழவடை செய்து அறுவடைக்கு காத்திருந்தது மக்களை மகிழ்ச்சிக் கூத்தாடச் செய்தது. இந்நிகழ்வால் மற்றவர்களும் கிருஷ்ணம்மாளுடன் இணையும் நம்பிக்கை கனிந்து இருந்தது.

காத்திருந்தவன் பொருளை, நேற்றுவந்தவன் கொண்டு சென்றானாம்' என்ற கதையாக, நெல்மணிகள் முற்றி அறுவடைக்கு தயாராகும் காலம்வரை அமைதியாக இருந்த தேசிகர், இரவோடு இரவாக ஆட்களை அனுப்பி அறுவடை செய்து நெல்மூட்டைகளை தூக்கிவரச் கட்டளையிட்டார். கவாலுக்காக ராமநாதபுரம் மாவிலங்கை இடும்பன் தலைமையில் அடியாட்களையும் அனுப்பி வைத்தார் தேசிகர்.

வலிவலம் பாட்டாளிகள் பண்ணை ஆசிரமத்தில் இரவு, 9:00 மணி அளவில் கிருஷ்ணம்மாள் தலைமையில் சர்வோதய ஊழியர்களின் கூட்டமும், ஆசிரியர் லீலாவின் தலைமையில் மாதர்சங்க கூட்டமும் நடைபெற்றுக் கொண்டிருந்தது. அப்போது, 'ஓடிவாங்க... ஓடிவாங்க...' என்ற கூக்குரல் கேட்டது. கூட்டத்தை பாதியில் நிறுத்தி குரல்

க்ரைஸ் சாண்டலர். (Chrish Sandler)

இங்கிலாந்து நாட்டைச் சேர்ந்தவர் க்ரைஸ் சாண்டலர். இந்த பெண் விநோபாபாவின் பூமிதான இயக்கத்தால் கவரப்பட்டு இந்தியா வந்தார். இயக்கத்தில் பங்கேற்றார். இவரை, கிருஷ்ணம்மாளுடன் இணைந்து பணியாற்ற மடைமாற்றினார் பாபா. கூத்தூரில் இருந்த ஊழியரகம் சென்று ஜெகந்நாதனை சந்தித்தார். வலிவலத்தில் தேசிகரை எதிர்த்து கிருஷ்ணம்மாள் போராடிக் கொண்டிருப்பதை அறிந்து அங்கு விரைந்தார். மக்களுடன் மக்களாக சேவையாற்றிக் கொண்டிருந்த கிருஷ்ணம்மாள், சாண்டலருக்கு முன் மாதிரியானார்.

கிருஷ்ணம்மாளின் களஅற்பணிப்பு, சாண்டலரை ஆச்சரியத்தில் மூழ்கடித்தது. மாற்றுப்புடவை கூட இல்லை. உடுத்தியிருக்கும் முரட்டு கதர் புடவை மிக மோசமாக அழுக்கடைந்து இருந்தால் மட்டுமே, தங்கியிருக்கும் வீட்டு பெண்ணிடம் மாற்றுப்புடவையை வாங்கி உடுத்தி, கட்டியிருக்கும் புடவையை துவைத்துப்போடுவார். உடன்பிறவா சகோதரிபோல் தான், கிருஷ்ணம்மாளை அந்த ஊர் பெண்கள் கருதினர். அதனால் தான், தங்களிடம் உள்ள ஒரே மாற்றுப் புட்வையைக் கூட கொடுத்தனர்.

ஓய்வென்பதே அறியாமல் சதாசர்வகாலமும் நடைபயணமாகவே கிராமங்களில் சுற்றியலைந்து மக்கள் பணியாற்றிக்கொண்டிருக்கும் கிருஷ்ணம்மாளை கண்டு வியப்புற்றார். ஆறுவருடம் அவருடன் தங்கி அவரின் அடியொற்றி மக்கள் பணியில் இணைத்துக்கொண்டார் சாண்டலர்.

சக சர்வோதய பணியாளர் சாண்டலர், விவசாய தொழிலாளிகளுடன் இணைந்து மண்வெட்டி எடுத்து வயல் வெளிகளில் இறங்கி வேலை செய்தார். கிருஷ்ணம்மாள் போல் கதர் சேலைகட்டிக் கொண்டார். மொழி தெரியாத ஊரில் மக்கள் உணர்வை புரிந்து உரிமைக்கு குரல் எழுப்பினார். போராட்டங்களில் உடன் நின்று காயங்கள் பட்டார். களத்தில் அனுபவங்கள் பல பெற்று நாடு திரும்பினார்.

இந்தியாவுக்கு மீண்டும், 2010ல் வந்த சாண்டலர், லாப்டி அலுவல கத்தில், கிருஷ்ணம்மாளை சந்தித்தார். அவருடன் சென்று வலிவலம் மக்களை சந்தித்தார். பெண்களின் வாழ்நிலையில் ஏற்பட்டிருந்த முன்னேற்றம், சாண்டலருக்கு மகிழ்ச்சியை அளித்தது. வளர்ச்சிக்காக, தொடர்ந்து பாடுபட்டுக் கொண்டிருக்கும் கிருஷ்ணம்மாளை, கட்டி அணைத்து மகிழ்ச்சியை பகிர்ந்து கொண்டார். வலிவலத்தில் நடந்த இறுதி போராட்டத்தில், சாண்டலருக்கு காலில் அடிப்பட்டதை, கிருஷ்ணம்மாளும் நினைவு கூர்ந்தார்.

வந்த திக்கை நோக்கி அனைவரும் ஓடினர். எதிரே பதறியபடியே வந்தவர்களை ஆசுவாசப்படுத்தினர். என்ன நடந்தது என்று விசாரித்த போது, தேசிகரின் ஆட்கள் வயலில் அறுவடை செய்து கொண்டிருப்பதை கூறினர்.

அனைவரும் அதிர்ந்து, வயலை நோக்கி ஓடினர். மையிருட்டில் அறுவடையில் ஈடுபட்டிருந்த ஆட்களை தடுத்து நிறுத்த போராடினர். இவர்களை மாவிலங்கை இடும்பனின் அடியாட்கள் அடித்து நொறுக் கினர். ஆயுதங்களுடன் இருந்த முரட்டு ஆசாமிகளுடன் எளிய விவசாய மக்களால் எதிர்த்து போராட முடியவில்லை.

'கஷ்டப்பட்டு விளைவித்த நெல்லை அறுவடை செய்யாதீர்கள்' என்று கைகூப்பி மன்றாடிய லீலாவின் விரல்களை வெட்டினான் அந்த இரக்கமற்ற இடும்பன். ரத்தம் சொட்டசொட்ட மயங்கினார் லீலா. சகோதரி சாண்டலருக்கும் காலில் பலத்த காயம் ஏற்பட்டது. தங்களுக் காக ரத்தம் சிந்தும் சகோதரியின் நிலையினைக் கண்டதும் அடியாட்கள் மீது, கற்களை வீசி தாக்க துவங்கினர் மக்கள். மூன்று மணிநேரம் தொடர்ந்த இந்த போராட்டத்தில் காயம் பட்டவர்களை வேனில் நாகை மருத்தவமனைக்கு அழைத்துசென்றார் சகோதரி சாண்டலர். நெல்மூட்டைகள் சேதமில்லாமல் தேசிகரின் வீடடைந்தது.

கிருஷ்ணம்மாள் கலங்கிய விழியுடன் தேசிகரை சந்தித்து, 'அறுவடைக் கூலியை மட்டும் எடுத்துக்கொண்டு நெல்லை திருப்பிக் கொடுத்து விடுங்கள் அய்யா...' என்று பணிவாக கேட்டார். பதிலில்லை. விபரம் அறிந்து பதறியோடி வந்த ஜெகந்நாதன் உடன் தாசில்தார், மாவட்ட ஆட்சியர் என முறையிட்டார். பலனில்லை.

காந்தி நினைவு நாளில், கீரன்குடியில் உண்ணாவிரத போராட் டத்தை ஜெகந்நாதன் தொடங்கினார். பதினைந்தாம் நாள் தகவல் அறிந்த முதல்வர் கருணாநிதி, 'நடவடிக்கை எடுங்கள்' என மாவட்ட ஆட்சியருக்கு உத்தரவிட்டார். ஆட்சியரின் அறிவுறுத்தலின் பேரில் அறுத்துப்போன நெல்லை திருப்பிக் கொடுத்தார் தேசிகர். உண்ணா விரதம் கைவிடப்பட்டது.

நிலமீட்பு போராட்டத்துக்கு அனைத்துக்கட்சி கூட்டத்தை சர்வோதய இயக்கம் கூட்டியது. அதில் மாவட்டத்தில் அனைத்துக் கட்சியினரும் கலந்துகொண்டனர். பாதை வேறுவேறாக இருந்தாலும்

உழுப்பவனுக்கு நிலம் சொந்தமாக்கப்பட வேண்டும் என்ற இலக்கை நோக்கிய கூட்டம் என்பதால், செங்கொடி இயக்கத்தினரும் பங்கேற்றனர்.

சர்வோதய இயக்கத்தின் செயல்பாடுகளைத் தடுக்க தேசிகர், சாட்சிக் காரன் காலில் விழுவதை விட சண்டைக்காரனுடன் சமாதானமாக போவதே சரி என்கிற அடிப்படையில் பிற அமைப்பினரை அழைத்துப் பேசினார். இரண்டு நிபந்தனைகளுடன் கோயில் நிலங்களை பகிர்ந்து கொடுக்க முன்வந்தார். ஒன்று நிலம் பெறும் விவசாயிகள், சர்வோதய இயக்கத்துடன் எவ்வித தொடர்பும் வைத்துக்கொள்ளக்கூடாது. மற்றொன்று, தன்னை எதிர்த்து வயலில் இறங்கி உழவடைச்செய்த அந்த ஒன்பது பேருக்கும் நிலம் வழங்கக்கூடாது.

முதல் நிபந்தனையால் ஏதும் சங்கடம் இல்லை, ஆனால் இரண்டாவது நிபந்தனையை ஏற்க மக்கள் இசையவில்லை.

ஆர்.டி.ஆர். பதிவுப்பெற்ற நிலங்களை, அந்த ஒன்பது பேருக்கும் பெற்றுத்தருவதே அடுத்த கட்ட வேலை, அதற்கான போராட்டத்தை நடத்த கிருஷ்ணம்மாள் திட்டமிட்டார். பெண்களையும் ஆண்களையும் திரட்டி அந்த ஒன்பது பேர் வயலில் இறங்கி வேலை செய்யத் துவங்கினர்.

தேசிகரிடம் கூலி பெற்ற போலீசார், பிறர் நிலத்தில் இறங்கியதாக குற்றச்சாட்டி, எழுபதுக்கும் மேற்பட்ட பெண்கள் உட்பட, 100 பேரை கைது செய்து தஞ்சை சிறையில் அடைத்தது. கைக்குழந்தைகளுடன் வந்திருந்தவர்களையும் விட்டுவைக்கவில்லை காவல்துறை. எட்டடி கொட்டடியில், ஒரு செல்லுக்கு, 14 பெண்கள் வீதம், ஐந்து செல்களில் அடைக்கப்பட்டனர். கழிப்பறை நாற்றம் குடலை பிடுங்கும் அக்கொட்டடியில் கைக்குழந்தைகளுடன் மிகுந்த சிரமப்பட்டனர், ஏதும் அறியா விவசாயக் கூலிப்பெண்கள்.

கஞ்சியில் நாற்றம் அடித்ததால், வாயிலேயே வைக்க இயலவில்லை. இவர்களை விடுவிக்க கோரி, பெண்களைத் திரட்டி உண்ணாவிரதம் இருக்க போவதாக கிருஷ்ணம்மாள் அறிவித்தார். இவர்களை வழிக்கு கொண்டுவர எண்ணிய சிறைத்துறை இவர்களுடன் கைதான ஆண்களை இவர்கள் கண்ணில் படுமாறு நிற்கவைத்து குனியச்சொல்லி தடியால் தாக்கினர்.

உடன்பிறவா சகோதரர்கள் அடிவாங்குவதை சகியாது கஞ்சியை குடிக்க ஒப்பினர். ஆனாலும் போராட்டத்தைத் தொடர்ந்தனர்.

வெளியில் இருந்த சர்வோதய சகோதரர்களுடன் ஜெகந்நாதனும் முயற்சி செய்து தஞ்சையில் இருந்தவர்களை, திருச்சி சிறைக்கு மாற்றச் செய்தார்.

திருச்சி சிறையில், காந்தியவாதி என்பதால், கிருஷ்ணம்மாளை முதல்வகுப்பிலும், ஏனையோரை மூன்றாம் வகுப்பிலும் அடைத்தனர். முதல் வகுப்பில் இருந்ததால் சிறைவெளியில் நடமாடும் அனுமதி கிட்டியதால், கைக்குழந்தைகளுக்கு தேவையான பால் கேட்டு வாங்கி கொடுக்க முடிந்தது. சிறை விதிப்படி இரண்டு வாரங்களுக்கு ஒரு முறைதான் குளிக்க முடியும். அதிலும் மூன்றாம் வகுப்பபினருக்கு மாற்று உடை வழங்கப்படாது.

இதனால், கிருஷ்ணம்மாள் தனது மாற்றுப் புடவையை, மூன்றாம் வகுப்பில் அடைக்கப்பட்டிருந்த சாகோதரிகளுக்கு கொடுத்து அவர் களின் புடவைகளை, துவைத்து காயவைத்து திருப்பி கொண்டு வந்து தருவார். கிருஷ்ணம்மாள் புடவையைத் திருப்பி கொண்டு வரும் வரை அவர் கொடுத்த மாற்றுப்புடவையை நான்கு ஐந்து பெண்கள் தங்கள் மேல் போர்த்திக்கொண்டு காத்திருப்பர். இரண்டு மாத சிறை தண்டனைக்கு பிறகு, சர்வோதய சகோதர்களின் தொடர் முயற்சியால் அனைவரும் விடுதலை செய்யப்பட்டனர்.

இந்த இரண்டுமாத கால இடைவெளியில், அந்த ஒன்பது பேரின் பெயரில் பதியப்பட்டு இருந்த நிலப் பத்திரங்களை அரசு அலுவலங்களில் தேடி, அவற்றை அரசே வெளியிடுமாறு செய்தார் ஜெகந்நாதன். விடுதலையானவர்களுக்கு இது இன்ப அதிர்ச்சியை கொடுத்தது. நிலம் தங்களுக்கே கிடைத்ததில் மட்டற்ற மகிழ்ச்சி அடைந்தனர்.

இப்போராட்டத்தை வலிமையுடன் தொடர்ந்து நடத்திய ஏனைய ஊழியரக சகோதரர்கள் கே.எம்.நடராஜன், நெல்லை பொன்னையா, எம்.ஆர். பழனிசாமி போன்றோரின் பணி ஈடுசெய்ய இயலாத ஒன்று.

வலிவலத்தில் மூன்றாண்டுகளும் தொடர் போராட்டத்தில் முதுகெலும்பாக செயல்பட்டவர்கள் தாழ்த்தப்பட்ட பெண்கள் இவர்களை திரட்டி, பெண்கள் போராட்டமாக மாற்றி வெற்றி வாகைச்சூடத் தடம் வகுத்த கிருஷ்ணம்மாள் யார்... உடன் உறுதுணையாக நின்று போராடிய ஜெகந்நாதன் யார்...

இந்த புத்தகம் அவர்களது தொடரும் இயக்கங்களைப் பற்றியதுதான்.

இளமைக்காலம் (1926-1948)

உழைப்பவர்களுக்கு மற்றொரு பெயர் தாழ்த்தப்பட்ட மக்கள். உடல் உழைப்பையே மூலதனமாக கொண்ட ராமசாமி – நாகம்மையார் தம்பதியருக்கு, 1926 ஜூன் 16இல், முதல் பெண்மகளாக பிறந்தார் கிருஷ்ணம்மாள். தொடர்ந்து ஆண்குழந்தைகளே பிறந்து கொண்டிருந்த போது, கிருஷ்ணம்மாள் மீது தனிபாசம் கொண்டிருந்தார் நாகம்மா.

அந்த இளமைக்கால அனுபவம் பற்றி கிருஷ்ணம்மாளின் நினைவுகள்...

என் உடன் பிறந்த 12 பேரில், ஆறு பேர் தான் உயிர் பிழைத் திருக்கிறோம். உழைக்கும் மக்களுக்கு எப்போதுமே குழந்தைச் செல்வங்கள் அதிகமாகவே இருக்கும். ஆனால் பொருட்செல்வம் கடு களவும் இருக்காது; வறுமை தாண்டவமாடியது. ஆனால், குடும்பத்தில் அன்பு பாசத்திற்கு குறைவில்லை.

மூன்று ஆண்குழந்தைகளுடன், பெண்குழந்தைகளாகிய நாங்களும் சரிசமமாக வளர்ந்தோம். மூத்த அண்ணன் ரத்தனசாமி, அடுத்த அண்ணன் முனியாண்டி, இளைய அண்ணன் கோவிந்தசாமி, நான்காவதாக நான், எனக்கு அடுத்து தங்கை கோவிந்தம்மாள், இளையவள் ராஜலட்சுமி. கல்வியறிவு தான் பிள்ளைகளுக்கு கைக்கொடுக்கும் அழியாத செல்வம் என்பதை தெளிவாக அறிந்திருந்த அம்மா, அனைவரையும் ஆரம்ப பள்ளிக்கு அனுப்பி படிக்க வைத்தார்.

திண்டுக்கல் மாவட்டம், மருதா நதிக்கரையில் பட்டிவீரன்பட்டிக்கு அருகில்தான் அய்யன்கோட்டை கிராமம் உள்ளது. இக்கிராமத்தில் அப்பாவுக்கு வீரவிளையாட்டில் பரிசாக கிடைத்த காணி நிலத்தில் தான் உழவடையெல்லாம். கருக்கலிலேயே அப்பா வயலுக்குச் சென்று விடுவார். பொழுது புலரும்போது இயற்கையை வழிபட்ட பின்னர் தான் வேலையைத் தொடங்குவார் அம்மா.

சிறுவயதுமுதலே அம்மாவின் வழிபாட்டை கவனித்த நானும் பின்னாட்களில் அதிகாலையே இயற்கையை வழிபட்டு தான் அன்றைய வேலையைத் துவங்குவதை வழக்கமாக்கி கொண்டேன். என் பலச் செயல்களுக்கு முன்மாதிரி அம்மாதான். எங்கள் அனைவரையும் பட்டிவீரன்பட்டியில் உள்ள ஆரம்ப பாடசாலைக்கு அனுப்பி வைத் துவிட்டு அப்பாவிற்கு பழைய கஞ்சியை சுமந்து செல்வார். வயலில், அப்பாவுக்கு ஒத்தாசையாக வேலை செய்வார்.

❖ நிலமடந்தைக்கு... ❖

மாலை வீடுதிரும்பியதும் எங்கள் அனைவருக்கும் கஞ்சியை காய்ச் சுவார். ஆம், உழைக்கும் மக்களின் வீடுகளில் எல்லாம் இரவில் தான் அடுப்பெரியும்.

தீபாவளி, பொங்கல், ஊர்த்திருவிழா... இந்த மூன்று நாட்களில் மட்டும் தான், சித்தையன் கோட்டை சீரகசம்பா சோறு கிடைக்கும். வெறும் சோற்றை தட்டில் போடும் போதே நெய் மணம் வீசும். ஏனைய நாட்களில் பழைய கஞ்சியும், களியும்தான் உணவு. சமயத்தில் தொட்டுக்கொள்ள கானப்பயிறு துவையலும், வெங்காயமும் கிடைக்கும்.

இரவுகளில் குடித்துவிட்டு வீடுதிரும்பும் அப்பா, காரணம் இருந் தாலும், இல்லாவிட்டாலும் அம்மாவை அடிப்பதை வழக்கமாக கொண்டிருந்தார். அம்மாவின் அழுகுரல் கேட்டு தூங்கிக்கொண்டிருக்கும் நான் எழும்புவேன். நானும் அழுதுகொண்டே அமர்ந்து இருப்பேன். அடிவாங்கினாலும் அழுதுகொண்டே அப்பாவின் தேவைகளை அம்மா பூர்த்தி செய்வார். அம்மாவின் கண்ணீரும், அப்பாவின் குடியும் இன்றைக்கும் என் மனக்கண்ணில் நிழலாடுகிறது. அன்று அதுதான் நிதர்சனம்.

ஆரம்பப்பள்ளிப் படிப்பை முடித்து வீட்டில் இருந்த சமயம் அது. ஒருநாள்... என்னை அப்பாவிற்கான கஞ்சியை வயலில் கொண்டு கொடுக்கச் சொன்னார் அம்மா. விளையாட்டுத்தனம் கூடிய சிறுமியான நான் அம்மா கொடுத்த தூக்குசட்டியை வயல் வரப்புகளில் ஆடிக் கொண்டே சென்றதால் கால் இடறி குப்புற விழுந்துவிட்டேன்.

தூக்குச்சட்டி திறந்து, கஞ்சி மொத்தம் நிலத்துக்கு உரமாகிவிட்டது. அதிகாலையில் இருந்து உழைத்து களைத்துப் போயிருந்த அப்பா, வெறும் சட்டியுடன் போன என்னை, நைய புடைத்துவிட்டார். சிரித்து விளையாடிக் கொண்டே வயலுக்குச் சென்ற நான், அழுதபடியே திரும்பிவருவதை கண்டதும் பதறிவிட்டார் அம்மா.

அடி வாங்கியதால் முகமும் முதுகும் வீங்கி இருந்ததைக் கண்டு துடித்துடித்துப் போனார் அம்மா. மதுரையில் தங்கி படித்து கொண்டிருந்த இரண்டாவது அண்ணன், பள்ளி விடுமுறையால், ஊருக்கு வந்திருந்தார். அம்மா என்னை சேர்த்து அணைத்து அழுது

கொண்டே, 'தம்பி, இவளையும் மதுரைக்கு இன்னிக்கே கூட்டிட்டு போயி ஏதாவது பள்ளி கூடத்துல சேர்த்து நல்லா படிக்கவை...' என்று அண்ணனிடம் கூறினார்.

அண்ணனுடன் மதுரைக்கு பயணம் ஆனேன். கொடைரோடு வரை பேருந்தில் சென்று,பின் ரயிலில் புறப்பட்டேன். என் முதல் பயணமே கள்ளப் பயணமாக அமைந்தது. ஒருவருக்கு மட்டுமே டிக்கெட் எடுக்கத் தான் கையில் பணமிருந்தது. அண்ணன் டிக்கெட் எடுத்து இருக்கையில் அமர்ந்து கொண்டார். டிக்கெட் எடுக்க இயலாததால் என்னை இருக் கையின் அடியில் படுத்துக் கொள்ளச் சொன்னார்.

மதுரை ரயில் நிலையத்தில் இறங்கியதும் என்னை ஒரு இடத்தில் பத்திரமாக உட்காரவவைத்துவிட்டு சீக்கிரம் வந்து விடுவதாகக் கூறிச் சென்ற அண்ணா சிறிது நேரத்திற்கெல்லாம் திரும்பி வந்தார். இங்கே பக்கத்திலே மூணு பள்ளிக்கூடம் இருக்கு... அதில ஏதாவது ஒன்னுல சேர்த்து விடுறேன் வா... என்று கூறி அழைத்துச்சென்றார்.

முதல் இரண்டு பள்ளிகளின் பிரமாண்டமான கட்டடங்களும், நீளமான சுற்றுச்சுவரும் என்னை மிரளச் செய்தன. மூன்றாவதாக இருந்த பள்ளி சற்று எளிமையாக இருந்தது. ஆறுதல் அளித்ததால் அப்பள்ளியில் என்னை சேர்ப்பித்தார். அப்பள்ளியில் தான் 11ஆம் வகுப்பு முடியும் வரை படித்தேன்.

அது எனக்கு அடைக்கலமாக திகழ்ந்தது. அவ்வப்போது வந்து அண்ணா பார்த்துச் செல்வார். வறுமையின் வாசத்தால் வருடத்தில் ஒரு முறைதான் ஊருக்குச் செல்லமுடியும். விடுமுறை நாட்களில் கூட பள்ளி யிலேயே தங்கிவிடுவேன். என் படிக்கும் ஆர்வமும் ஈடுபாடும் பள்ளி தலைமை ஆசிரியை ஆலீஸ் மகாராஜாவுக்கு பிடித்துவிட்டது. என்மீது தனி கவனம் செலுத்தினார்.

பதினொராம் வகுப்பு முடிந்தவுடன், ஆலீஸ் மகாராஜா என்னை அரிசன சேவா ஊழியர் மருதையனிடம் ஒப்படைத்தார். அவர் என்னை சௌந்திரம்மாளிடம் அழைத்துச் சென்று, 'இவள் உங்கள் பெயரை காப்பாற்றுவாள்' என கூறி ஒப்படைத்தார்.

குக்கிராமத்தில் இருந்து படிக்க வந்திருந்த என்னை உற்று நோக்கி தாழ்த்தப்பட்ட ஏழை குடும்பத்தில் இருந்து வந்து முனைப்புடன் படித்து தேர்ச்சி பெற்றிருந்த என்னை சேர்த்து அணைத்துக்கொண்டார். அன்று முதல் நான் அவரது வளர்ப்பு மகளாகவே வளர்ந்தேன். எனது படிக்கும் திறனை மெருகேற்றி, மதுரை அமெரிக்கன் கல்லூரியில் சேர்பித்து இன்டர்மீடியட் படிக்க வைத்தார்.

மதுரை மாவட்டத்தில் பட்டப்படிப்பு படித்து முடித்து பட்டம் பெற்ற முதல் தாழ்த்தப்பட்ட பெண், மேலும் எங்கள் கிராமத்தில் இருந்து வந்த முதல் பெண் பட்டதாரி என்கிற பெருமையை எனக்கு தேடித் தந்தார்.

குடியின் வீரியம் அப்பாவை பலிகொண்டது. சொந்த நிலமும் கடனுக்கு பறி போனதால் அம்மா பண்ணையடிமையாகி கூலிவேலைக்கு போனார். இருப்பினும் மனம் தளராமல் எங்களை படிக்க அனுப்பி வைத்தார். அம்மாவின் இந்த தன்னம்பிக்கை தான் எங்களையெல்லாம் பட்டப்படிப்பு படிக்கவைத்தது. மூத்த அண்ணா பழைய எஸ்.எஸ்.எல்.சி., படித்து வேலைக்குச் சென்றுவிட்டார். இரண்டாவது அண்ணா வழக்கறிஞர் ஆனார். நான் ஆசிரியர் பயிற்சியில் பட்டம் பெற்றேன். எனக்கு அடுத்த தங்கை ஆரம்பப் பள்ளிப்படிப்போடு விவசாய கூலியானார். இளைய தங்கை மருத்துவரானார். இளைய அண்ணா கோவிந்தசாமி உடலநலக்குறைவால் இளம்வயதிலேயே இறந்துவிட்டார்.

இல்வாழ்க்கைப் பயணம் (1950 முதல்)

டாக்டர் சௌந்திரம்மாள், ஆதரவற்ற மகளிருக்கான அடைக்கலமாக மீனாட்சி விடுதியை மதுரையில் நடத்திக்கொண்டிருந்தார். இவ்விடுதி சமூக அவலங்களால் ஒடுக்கி, ஒதுக்கிவைக்கப்பட்ட பெண்களின் புது வாழ்விற்கு புகலிடமாக இருந்தது.

மதுரை டி.வி.எஸ். நிறுவன பிதாமகன் டி.வி. சுந்தரம் அய்யாவின் மகள் தான் மருத்துவர் சௌந்திரம்மாள். மருத்துவ சேவையை பகுதி நேரமாக்கி விட்டு, இணையர் ஜி. ராமசந்திரனுடன் மக்கள் சேவையை அதிலும் மகளிருக்கான சேவையில் தன்னைப் பிணைத்துக்கொண்டார்.

சௌந்திரம்மாளின் துணிவும், கம்பீரமான பேச்சும் என்னை கவர்ந்து கொண்டே இருந்தது. அவருடன் நான் சென்ற இரவுப் பயணங்கள் தான், என்னை பக்குவமிக்கவளாக வளர்த்தது. இரவு 11 மணிக்கு மேல் காரில் அம்மையாருக்கு அருகில் என்னை அமர்த்திக்கொண்டு மதுரை வீதிகளில் சீரான வேகத்தில் பயணம் துவங்கும்.

வீதிகளில் நின்று பாலியல் தொழிலுக்கு அழைக்கும் தொழிலாளிகளை அடையாளம் கண்டு, அவர்களை கட்டுப்படுத்துபவர்களை சந்தித்து வாதாடி மீட்க முயல்வர். அவர் பணியவில்லை என்றால் மிரட்டுவார். எப்படியாவது அத்தொழிலாளியை மீட்டு எங்களுடன் காரில் ஏற்றி வந்து விடுதியில் சேர்ப்பார்.

சௌந்திரம்மாள் எப்போதும் கனிவாகவும் அன்பாகவுமே பேசி பார்த்து இருந்த எனக்கு, அவரது வாதிடும் வல்லமையும், குரல் உயர்த்தி மிரட்டும் தோரணையும், சாதாரண மக்களிடமும், சதிகாரர்களிடமும் எவ்வாறு நடந்து கொள்ளவேண்டும் என்பதை மிகத் துல்லியமாக கற்றுக் கொடுத்தது.

வீட்டுச்சிறையில் அடைத்து வைக்கப்பட்டிருக்கும் இளம்விதவை களின் மன வேதனயை உள்ளார்ந்து உணர்ந்தவர்ஆதலால் அவர்களின் குடும்பத்தாருடன் போராடி, அவர்களையும் மீட்டு வருவார். விடுதிக்கு அழைத்து வரும் பெண்களிடம் கல்வியும், சுய தொழிலும் தான் தன்மானத்தையும் தன்னம்பிக்கையும் கொடுக்கும் என்பதை எடுத்து உரைத்து ஆற்றுப்படுத்துவார்.

மீனாட்சி விடுதியில் தங்கி இருந்த பெண்களுக்கு, இராட்டையில் நூல் நூற்கவும் கதர் சேலை நெய்யவும் பயிற்சியளித்து பராமரிக்கும் பொறுப்பாளராக என்னை நியமித்தார்.

பொட்டிழந்து, பூவிழந்து தவித்த எத்தனையோ இளம் பெண்களின் பொலிவிழந்த முகங்களை மஞ்சள், குங்குமத்துடன் துலங்கச் செய்தார். விடுதி பணியில் மூழ்கி இருந்த எனக்கு, காந்தியடிகளை சந்திக்கவும் அவருடன் ஒரு வாரக்காலம் பயணம் செய்யவும் வாய்ப்பை அம்மை யார் ஏற்படுத்திக்கொடுத்தார்.

1946இல் தாழ்த்தப்பட்டவர்களுக்காக நிதி திரட்டுவதற்காக மதுரைக்கு காந்தியடிக்கள் வந்திருந்தார். அப்போது ராஜாஜி முன்னிலையில், ‘இவள் என் வளர்ப்பு மகள்... தங்களுடன் தங்கி சேவை ஆற்ற அழைத்து வந்திருக்கிறேன்...’ என்றுக் கூறி ஒப்படைத்தார். காந்தியடிகள் மதுரையில் இருந்து பழனிக்கு பயணித்த போது, உடன் இருக்கும் வாய்ப்புக் கிடைத்தது.

அவர், இராட்டையில் நூல் நூற்றுக்கொண்டே, தன்னை சந்திக்க வரும் அன்பர்களிடம், தாழ்த்தப்பட்ட மக்கள் முன்னேற்றத்துக்கு, நிதித்தேவையின் அவசியத்தை எடுத்துரைப்பார். அந்த பாங்கும், அதை கோரும் தன்மையும் தொண்டர்களிடமும் தலைவர்களிடமும் பேசும் கனிவும், என்னை காந்திய சிந்தனைக்குள் வேரூன்ற வைத்தது.

மதுரையில் சேவாலாயப் பொறுப்பாளராக ஜெகந்நாதன் இருந்தார். அவர் சௌந்திரம்மாளை சந்திக்க, மீனாட்சி விடுதிக்கு வரும் போது ஒரு முறை என்னை பார்த்திருக்கிறார். மேலும் ‘காந்தி மாணவர் இல்லம்’ சார்பாக அவர் மாணவர்களுக்காக நடத்திய முகாம்களில் கல்லூரி சார்பாக நான் கலந்துகொண்டேன். அப்போதும் என்னை கவனித்து இருக்கிறார்.

அடுத்து காந்தி கிராமத்தில், சேவிக்கா பொறுப்பாளரான போதும் கவனித்திருக்கிறார். என் அமைதி, பெண்களிடம் பழகும் பாங்கு, இனிய குரலில் பிரார்த்தனைக் கூட்டங்களில் பாடி அனைவரையும் கட்டிப்போடும் திறன் ஆகியவை ஜெகந்நாதனின் மனதில் சிறு சலசலப்பை ஏற்படுத்தியுள்ளது. எனவே என்னை மண முடிப்பதற்கு என் விருப்பத்தை கேட்டுச் சொல்லுமாறு, ராமசந்திர அய்யா மூலம் சௌந்திரம்மாளுக்கு தூது விடுத்தார்.

ஜெகந்நாதனை திருமணம் செய்துக்கொள்ளும்படி சௌந்திரம்மாள், டாக்டர் வைரணவபிள்ளையின் துணைவியார், அருணாசலத்தின் துணைவியார் மற்றும் மனோன்மணியம் அம்மையார், என முன்னணி காந்தியவாதியப் பெண்மணிகளும் வலியுறுத்தினர். இவர்கள் எடுத்து உரைப்பதால் ஜெகந்நாதனும் ஒரு தேர்ந்த காந்தியவாதியாகத்தான் இருப்பார் என எண்ணினேன்.

என் அண்ணனை சந்தித்து, பெண் கேட்கச் சொன்னேன். டாக்டர் வைரணவப்பிள்ளை, அய்யன்கோட்டைக்கு சென்று பெரிய அண்ணன் ரத்தனசாமியிடம் பெண் கேட்டார். ஆனால் எங்கள் வீட்டார் இத்திருமணத்திற்கு உடன்படவில்லை.

செங்கற்படையில் உள்ள ஜெகந்நாதன் வீட்டிற்கும் பண்ணை மூன்றடைப்பு குருசாமி சென்று சம்மதம் கேட்டார். தாழ்த்தப்பட்ட சமுதாயப் பெண்ணை, தன் மைந்தன் மணப்பதற்கு சங்கரலிங்கனாரும் விரும்பவில்லை.

ஜெகந்நாதன் குடும்ப பின்னணி:

'ஆங்கிலேயர் தருவது அடிமைக்கல்வி. எனவே மாணவர்கள் கல்லூரிகளை விட்டு வெளியேறி விடுதலைப் போராட்டத்தில் பங்கேற்க வேண்டும்...' என 1928ல் காந்தியடிகள் விடுத்த அறைகூவலை ஏற்று, இந்தியாவெங்கும் மாணவர்கள் கல்லூரிகளை புறக்கணித்து விடுதலைப் போரில் இணைத்துக் கொள்ள துவங்கினர். அப்போது, மதுரை அமெரிக்கன் கல்லூரியில் பட்டப்படிப்பு இரண்டாம் ஆண்டு படித்துக்கொண்டிருந்த ஜெகந்நாதனும் அந்த அறைகூவலை செவிமடுத்தார்.

இச்செய்தியை அச்சிட்டு விடுதியெங்கும் பரப்பினார். கல்லூரி முதல்வர் அழைத்து கண்டித்து அனுப்பி வைத்தார்.

ஒருநாள்—

கல்லூரியில் நடைபெற்ற சொற்பொழிவில் பேசுவதற்காக முரட்டு கதர்வேட்டி, சட்டையுடன் ஆஜானுபாகனாக இருந்த ஸ்காட்லாந்து நாட்டைச் சேர்ந்த டாக்டர். ஃபாரெஸ்டர் பேட்டன், எஃப்.சி.ஆர். எஸ்., என்பவர் திருப்பத்தூர் கிருஸ்துவ குல ஆசிரமத்தில் இருந்து வந்திருந்தார். அவரது எளிமை மற்றும் நாட்டுப்பற்று பற்றிய வீரம் சொறிந்த பேச்சு ஜெகந்நாதன் மனதில் பதிந்தது. 'இன்றைய தேவை நாட்டின் விடுதலைக்காக போராடுவதே' என்பதை ஆழமாக விதைத்தது.

கல்லூரி படிப்பை துறந்த ஜெகந்நாதன், பிறந்த ஊரான செங்கற்படை கிராமத்திற்கு சென்றார். இது ராமநாதபுரம் செல்லும் சாலையில் பரமக்குடியை அடுத்த பாண்டிக்கண்மாயில் இருந்து சில கிலோ மீட்டர் தூரத்தில் உள்ளது. மாட்டுவண்டியிலோ, நடைபயணமாகவோ தான் இக்கிராமத்திற்கு செல்ல முடியும்.

ஜெகந்நாதனின் குடுத்பத்தினர், முக்குலத்தோரில் ஒரு பிரிவான அகமுடையார் வகுப்பைச் சார்ந்தவர்கள். ஆனால் சைவர்களைப்போல் வாழ்ந்து வந்தனர். தாத்தா செங்கற்படை கிராமத்திற்கு பிழைக்க வந்து குடியேறினார். ஜெகந்நாதனின் அப்பா சங்கரலிங்கனார் அந்த ஊரில்தான் பிறந்தார். சிறுவயது முதலே தேவாரம், திருவாசகம் மற்றும் வள்ளலார் பாடல்களை மனனமாகப் பாடுவார். கணக்கிலும் வல்லவர்.

இவரது கையெழுத்து முத்து முத்தாக இருந்ததால் நாட்டுகொட்டை செட்டியார்கள், கணக்கு எழுதும் வேலைக்காக பர்மா அழைத்துச் சென்றனர்.

ஜெகந்தாதனின் அம்மா, பெரியநாயகத்து அம்மையார். அந்த காலத்தில் ஆச்சாரம், அனுஷ்டானத்துடன் இருந்தார். விரதங்களுக்கும் பூசைகளுக்கும் குறைவிருக்காது. இத்தம்பதியினருக்கு இருபிள்ளைகள். இருவரையும் செங்கற்படை கூரைப்பள்ளி கூடத்தில் அரிச்சுவடி படிக்க வைத்து பின் ராமநாதபுரம் நடேச அய்யர் பள்ளியில் ஆரம்பப்பள்ளி படிப்பிற்கும் அனுப்பினர். மூத்த மகன் பூபதி, திருச்சி தேசியக்கல்லூரியில் பட்டப்படிப்பு படித்து வந்தார்.

கல்லூரி விடுமுறையில் கிராப்பு வெட்டி, ஆங்கிலேயர் போன்ற தோரணையில் உடையணிந்து வந்திருந்த மகன், அடுத்த ஆண்டு மொட்டையடித்து இடையில் ஒரு வேட்டி, அதையும் கணுக்காலுக்கு மேலே தூக்கி கட்டியபடி, தோளில் துண்டுடன் வந்ததை கண்டு ஜெகந்நாதனின் அம்மா அதிர்ந்து போனார்.

மகன், வள்ளலார் பக்தரானது வருத்தத்தை தந்தாலும் உடன் தங்கியிருக்க வந்துவிட்டான் என்ற மகிழ்ச்சியில் திளைத்துப் போனார். படிப்பிற்கு விடைகொடுத்த செய்தியை அவர் மெதுவாக தன் அம்மாவிடம் கூறினார். தேசவிடுதலைப் போரில் பங்கேற்க போவதையும் எடுத்துரைத்தார். அம்மா அதிர்ச்சியடைந்து விட்டார்.

காந்தியடிகள், அப்போது குஜராத்தில் சபர்மதி ஆசிரமத்தில் இருந்தார். அவருக்கு ஜெகந்நாதன் தான் படிப்பை துறந்ததையும் தேச விடுதலையில் பங்கேற்க விரும்புவதையும் தெரிவித்து விவரமாக ஒரு கடிதம் எழுதினார்.

இதற்கிடையே, படிப்பை நிறுத்திவிட்ட விவரத்தை பர்மாவில் இருக்கும் தந்தை சங்கரலிங்கனாருக்கு, ஜெகந்நாதன் கடிதம் மூலம் தெரிவித்தார். தாய்நாட்டு விடுதலைப்போரில் மகன் பங்கேற்க போவது மனநிறைவை தந்தாலும், படிப்பை முடித்துவிட்டு சென்றால் இன்னும் சிறப்பாக இருந்திருக்கும் என்பதை அறிவுறுத்த அவர் தவறவில்லை.

கிராமத்தில் தங்கியிருந்த காலத்தில், சித்தப்பாக்களுடன் தங்களது சொந்த நிலத்தில் விவசாய வேலை செய்ய சென்றார். தங்கள் நிலத்தில் கூலியாக வேலைசெய்யும் கருப்பன் என்ற தாழ்த்தப்பட்டவருடன் உணவை பகிர்ந்துகொள்வார். ஒருநாள் தங்கள் வீட்டு ஆடுமாடுகளை மேய்க்கும் ராமாயி என்ற சிறுமிக்கு வலிப்புநோய் வந்துவிட்டது. உடனே ஜெகந்நாதன் ஓடிச்சென்று தனது மடியில் தூக்கிவைத்து முதலுதவி செய்து காப்பாற்றினார்.

தாழ்த்தப்பட்ட பெண்ணை தொட்டதால், குளித்து விட்டு வீட்டிற்குள் வருமாறு கண்டிப்பு காட்டிய அம்மா, வேறு வழியின்றி வெளியிலேயே அமர்ந்துவிட்ட ஜெகந்நாதன் மீது மஞ்சள் கலந்த நீரை தெளித்து உள்ளே வரச்சொன்னார். இவர் சாதி வித்தியாசம் பாராமல் பழகுவது உற்றார் உறவினர் கடிந்து கொள்ளும் அளவிற்கு அதிகமானது.

காந்தியடிகளிடம் இருந்து பதில் கடிதம் வந்தது. அதில், குஜராத் வெகுதூரத்தில் உள்ளது மொழிப்பிரச்சனையும் அதிகம்.

எனவே தமிழகத்தில் ராஜாஜி நடத்தும் திருச்செங்கொடு ஆசிரமத்தில் இணைந்து தேசப்பணியாற்றுமாறு குறிப்பிடப் பட்டிருந்தது.

காந்தியடிகள் பதில் கிடைத்த உடன் திருச்செங்கோட்டிற்கு பயணமானார்.

எங்கள் திருமணத்திற்கு இருவீட்டாரின் சம்மதமும் கிடைக் கவில்லை. 2019ல் வாழ்ந்துகொண்டிருக்கும் இக்காலக்கட்டத்திலேயே சாதி மறுப்பு திருமணங்களுக்கு ஏற்படும் இடர்பாடுகள் உள்ளங்கை நெல்லிக்கனியாக இருக்கையில், 1950களில் எப்படி கிடைக்கும். அதனால் எங்கள் திருமணம் காந்தியத் தலைவர்களால் நடத்தி வைக்கப்பட்டது.

அன்று, 1950 ஜூலை 6ம் நாள் மாலை. பிராத்தனைக்கூட்டத்தில் கெய்த்தான்ஜி, ஜே.சி.குமரப்பா, ஜி.ராமச்சந்திரன், சௌந்திரம்மாள், கே.நடராஜன், டாக்டர் வைரணப்பிள்ளை மற்றும் அவரது துணைவியார் என அனைவரும் கூடியிருந்தோம். ஜெகந்நாதன் கையால் நெய்த கதர்சேலையை நான் உடுத்தியிருந்தேன். ஜெகந்நாதனை காணவில்லை. அனைவரும் தேடியதால் பிரார்த்தனைக் கூடம் பரபரப்பைடைந்தது.

சற்று நேரத்திற்கெல்லாம் உடல் எங்கும் கரியாய் வந்து சேர்ந்தார் ஜெகந்நாதன். காந்திகிராமத்திற்கு அருகே இருந்த சின்னாளப்பட்டி என்ற ஊரின் கடைத்தெருவில் தீவிபத்து. அதை அணைக்கச் சென்று திரும்பி இருந்தார்.

சற்று நேரத்திற்கெல்லாம் குளித்து தயாராகி, பிரார்த்தனை கூடத் திற்கு வந்தார் ஜெகந்நாதன். எங்கள் இருவரையும் அருகருகே அமரச் சொன்னார் கெய்த்தான்ஜி. பின் நண்பர் நடராஜன் சிறப்பாக நூற்ற பெரிய நூல் சிட்டத்தை எங்கள் இருவர் கழுத்திலும் மாலையாக அணிவித்து வாழ்த்தினார். பின்னர் காந்திய தலைவர்கள் ஒருவர் பின் ஒருவராக மணமக்களான எங்களை வாழ்த்தினர். எளிமையாக ஆனால் சிறப்பாக திருமணம் காந்தி கிராமத்தில் பணியாட்கள் விடுதியில் நடைபெற்றது.

திருமணம் முடிந்த மூன்றாம் நாள், என் இணையர் ஜெகந்நாதன் விநோபாபாவே உடன் இணைந்து பூமிதான இயக்கததில் பங்கு பெற உத்திரப்பிரதேசம் செல்வது என முடிவானது. என்னை சென்னையில் இருக்கும் ஆசிரியர் பயிற்சிப் பள்ளியில் பயிற்சிபெற

அனுப்புவது என்பதும் முடிவானது. எனது படிப்பிற்கு சௌந்திரம்மாள் பொறுப்பேற்றார்.

எங்கள் பயணம் தனித்தனியே, ஆனால் ஒன்றுப்பட்ட மனதுடன் துவங்கியது.

1953 அக்டோபர் மாதம் முதல் வாரத்தில், தமிழ்நாடு சர்வோதய மாநாடு திருத்துறைப்பூண்டியில் நடைப்பெற்றது. அப்போது நான் எட்டுமாத கர்ப்பிணி. மாநாட்டு வேலையில் மும்முரமாக பணியாற்றிக் கொண்டிருந்தேன். மாநாடு முடிவுற்று பாதயாத்திரை தொடங்கிய போது, அதில் பங்கேற்க நானும் முனைந்தேன்.

இதைப் பார்த்ததும், மாநாட்டில் கலந்துகொள்ள வந்திருந்த அன்றைய முதல்வர் காமராஜர் அதிர்ந்து, 'தற்போது கிருஷ்ணம்மாளுக்கு தேவை ஓய்வும் உரிய கவனிப்பும் எனவே மருத்தவமனையில் சேர்த்து பத்திரமாக பார்த்துக்கொள்ளவும்...' என, ஜெகந்நாதனிடம் கண்டிப்புடன் கூறினார். அதன் பின்னர் என்னை காந்தி கிராம ஆசிரமத்தில் சேர்க்க ஏற்பாடு செய்துவிட்டு ஜெகந்நாதன் பாதயாத்திரையை தொடர்ந்தார்.

நவம்பர் 24 ம் தேதி எங்களுக்கு, ஆண் குழந்தை பிறந்தது. அக் குழந்தைக்கு பூமிக்குமார் என, பெயரிட்டோம். பதினோரு ஆண்டு கள் கழித்து, 1963ல் பெண் குழந்தை பிறந்தது. அக்குழந்தைக்கு, சத்தியா என பெயரிட்டோம். சத்தியா பிறந்த உடனே களப்பணிக்கு திரும்பவேண்டிய அவசியம் இருந்தது. எனவே, என் தாயார் நாகம் மையார், சத்தியாவை வளர்க்கும் பொறுப்பை ஏற்றார். நான் பாதயாத் திரைக்கு திரும்பி விட்டேன்.

இன்று எங்களது இரு பிள்ளைகளும் மருத்துவர்களாகப் பணிபுரி கிறார்கள். மகன் பூமிக்குமார், வியட்நாமில் சிறப்புக் குழந்தைகளுக்கான சிறந்த மருத்துவராக சேவையாற்றிவருகிறார். மகள் சத்தியா மகப்பேறு மருத்துவத்தில் சிறந்தவராக செங்கல்பட்டு அரசு மருத்துவமனையில் மருத்துவ சேவையாற்றுகிறார்.

இவ்வாறு கிருஷ்ணம்மாள் இளமை நினைவை பகிர்ந்தார்.

காந்தி கிராம உருவாக்கம் (1948)

நாடு விடுதலை அடைந்தது. மகளிர் முன்னேற்றத்திற்காக ஒரு காந்தி ஆசிரமம் தொடங்க சௌந்தரம்மாள் எண்ணியிருந்தார். அது நீண்ட காலமாக அவரது சிந்தனையில் இருந்த கனவு திட்டம். அதை அமைக்க சரியான இடத்தை தேர்வு செய்யுமாறு, மதுரையில் இருந்த ஜெகந்நாதனுக்கு ஒரு கடிதம் எழுதினார்.

காந்தியடிகள் மதுரை வந்தபோது, அன்றைய மதுரை மாவட்டத் தில் திண்டுக்கல் அருகே உள்ள அம்பாத்துரை ரயில் நிலையத்தில், ரயிலை நிறுத்தி மக்கள் அவரைச் சந்தித்தனர். அந்த இடத்திற்கு அருகில் ஆசிரமம் அமைத்தால் சிறப்பாக இருக்கும் என்ற ஆலோசனையை சௌந்திரம்மாளுக்கும், ராமசந்திரருக்கும், ஜெகந்நாதன் தெரிவித்தார்.

இந்தியா திரும்பி இருந்த கெய்த்தான்ஜி திருவான்மியூரில் சௌந்திரம்மாள், ராமசந்திரரை சந்தித்த பின் மூவரும் அம்பாதுரை வந்து சேர்ந்தனர். சின்னாளப்பட்டி தேசபக்தர் எஸ்.கே.பி.லகுமைய்யாவை சந்தித்த ஜெகந்நாதன் ஆசிரமம் உருவாகப்போகும் தகவலைத் தெரிவித் தார். மிகுந்த மகிழ்ச்சியுற்ற அவர் தேவையான அனைத்து உதவிகளையும் செய்ய முன்வந்தார்.

திண்டுக்கல் – மதுரை சாலையில், அம்பாதுரை அருகே ஒரே நேரத்தில் இரண்டு நிறுவனங்கள் உருவாகின. சாலையோரம் காந்தி கிராமம் உருவாக்கப்பட்டது. அது முழுக்க முழுக்க பெண்களின் முன்னேற்றத்திற்கான பயிற்சி மையமாக செயல்படத்துவங்கியது. இதன் பொறுப்பாளர்களாக சௌந்திரம்மாளும் ராமச்சந்திரரும்

செயல்பட்டனர். பெண்களுக்கு பயிற்சி அளிக்கும் சேவையையும், ஆசிரமத்தின் செயலாளர் பொறுப்பையும் கிருஷ்ணம்மாள் ஏற்றார். அவரை சௌந்திரம்மாள் நியமித்தார்.

ரயில் பாதையைக்கடந்து, கிழக்கே சிறுமலை அருகே மதுரை மாவட்ட நிர்மாண சங்கமாகிய ஊழியரகம் உருவாக்கப்பட்டது. காந்திய நிர்மானப்பணிகளுக்காக கிராமங்கள் தோறும் சென்று கிராம சுயராஜ்யத்தை நிறுவ ஊழியர்களுக்கு பயிற்சியளிப்பதுதான் இதன் தலையாயப்பணி. இதன் தலைவராக மதுரை காந்தி என்று அழைக்கப்படும் எம்.என்.ஆர். சுப்புராமன் பொறுப்பேற்றார், செயலாளராக ஜெகந்தாதன் செயல்படலானார்.

ஆரம்பத்தில் மண் குடிசையும் கீற்றுக்கொட்டகையாகவும் துவங்கிய ஊழியரகம், ஐந்து லட்சரூபாய் நிதி திரட்டி, கட்டிடமாக உருவெடுத்தது. கெய்த்தான்ஜி இளம் ஊழியர்களுக்கு பயிற்சி வகுப்புகள் நடத்தினார். ஊழியரகத்தில் கிராம சேவைக்காக நீண்டகாலப் பயிற்சியில் ஆர்.சுப்பிரமணியம், வன்னிக்காளை, சின்னசாமி, வி.செல்வராஜ், எஸ்.குருசாமி, சீனிவாசபுரம் காமராஜ், சின்னமனூர் துரைராஜ், பட்டி வீரன்பட்டி ராமையயா, சீதாராமன், கே.நடராஜன், ராமமூர்த்தி என ஒரு இளைஞர் பட்டாளமே பயிற்சிபெற்றனர்.

இதில் வன்னிக்காளையும் சின்னசாமியும் பழனியில் காந்தி சேவா சங்கத்தை பின்னாளில் நிறுவினர். வீ.செல்வராஜும் எஸ்.குருசாமியும் இந்திய தேசிய தொழிற்சங்கப் பணிக்கு அனுப்பி வைக்கப்பட்டனர். போராளிகளின் பாசறையான ஊழியரகத்திற்கு பல முக்கிய தலைவர்கள் வந்துள்ளனர். காந்திய பொருளாதார நிபுணர் ஜே.சி.குமரப்பா, முதல் தனிநபர் சத்தியாகிரகி என காந்தியடிகளால் அழைக்கப்பட்ட ஆச்சார்யா விநோபாபாவே, சோஷலிச கட்சி நிறுவனர் ஜெயப்பிரகாஷ் நாராயணன் மற்றும் பிரதமர் நேரு ஆகியோர் இங்கு வந்துள்ளனர்

பூமிதான இயக்கம் (1951)

ஹைதராபாத் நிஜாம் மன்னர் ஆட்சியின் கீழ் தெலுங்கானா பகுதி இருந்தது. சுதந்திரத்திற்குப்பின், தெலங்கானா மக்கள் நிலமீட்சிப் போராட்டத்தில் ஈடுபட்டனர். மக்கள் எழுச்சியை நிஜாம் மன்னரால் எதிர்கொள்ள இயலவில்லை. சுதந்திர இந்தியாவுடன் சமஸ்தானங் களை இணைக்க அரசு நெருக்கடி கொடுக்கப்பட்டது. இதை சமாளிக்க இந்தியாவுடன் இணைய நிஜாம் சம்மதித்தார். சமஸ்தானத்தை ஆந்திரா உடன் இணைத்தார். அதன்பின் தெலுங்கானாப் போராட்டத்தை கட்டுக்குள் கொண்டுவர அப்போதைய பிரதமர் நேரு ராணுவத்தை அனுப்பினார்.

கெய்தான்:

அமெரிக்காவை சேர்ந்தவர் ரால்ஃப் ரிச்சர்ட் கெய்தான். இவர் கிருஸ்தவ மதப் பணிக்காக, பிரிட்டிஷ் இந்தியாவிற்கு அனுப்பி வைக்கப்பட்டார். இந்திய சுதந்திரப் போராட்டம் அவரை ஈர்த்தது. காந்தியடிகளை சந்தித்து ஆதரவு தெரிவித்தார். இதனை அமெரிக்க கிறிஸ்துவ மிஷன் விரும்பவில்லை. எனவே, கிருஸ்தவ மிஷன் பணியில் இருந்து அவரை விலக்கியது.

இந்த பணி நீக்கத்தை சவாலாக ஏற்று, துணைவியார் மருதுவர் மில்ரெட் உடன் தேவக்கோட்டை வட்டாரத்தில் கெய்தான் சமூகப் பணியாற்றினார். இதற்கும் பல தடைகளை விதித்தது கிருஸ்தவ மிஷன். எனவே திருப்பத்தூர் கிருஸ்தவகுல ஆசிரமத்திற்கு சென்றார். இங்குதான் ஜெகந்நாதனுடன், கெய்தான் நண்பரானார்.

இந்த ஆசிரமத்தில் பிரம்மசாரிகள் மட்டுமே தங்க அனுமதியிருந்தது. எனவே பெங்களூரில் இருந்த தீன்சேவா ஆசிரமத்திற்கு வந்தார். அங்கு அதன் பொறுப்பாளர் ராமச்சந்திரருடன் நண்பரானார். இந்த ஆசிரமத்தில் யாருக்கும் சம்பளம் கிடையாது. ஆறுமாதத்திற்கு ஒருமுறை ஒரு ஜோடி காலணியும், துணி துவைத்துக்கொள்ள வாரம் ஒரு சோப் புக்கட்டியையும் கொடுப்பார்கள். பின்னாளில் ஜி.ராமச்சந்திரன், சௌந்திரம்மாளை மணந்தார்.

எனவே கெய்த்தான்ஜியும் அவரது துணைவியும் பெங்களூரை அடுத்த கெங்கேரி என்ற கிராமத்தில் தனி ஆசிரமம் துவங்கி, அதனை தீன்சேவா ஆசிரமத்தின் கிளையாக மாற்றினர். இத்தம்பதியினருக்கு மூன்று குழந்தைகளும் இந்த கிராமத்தில் தான் பிறந்தனர்.

ஜப்பானிய காந்தி என்று அழைக்கப்பட்டவர் கக்காவா. இவர் பெங்களூர் வந்து கெய்த்தான்ஜியை சந்தித்தார். மாணவர்கள் படிக்கும் காலத்திலேயே தேசிய உணர்வுடன் சேவை செய்யும் திட்டத்தை உலகம் முழுவதும் பரப்பி வந்தார். அதை எடுத்துரைத்து இந்தியாவிலும் துவக்க வலியுறுத்தினார்.

வட இந்திய சுற்றுப் பயணத்தில் இருந்த ஜெகந்நாதனை பெங்க ளூருக்கு வரவழைத்தார். இருவருக்கும் திட்டத்தை மூன்று மாதங்களில் விளக்கிய கக்காவா, ஜப்பான் திரும்பிவிட்டார்.

❖ நிலமடந்தைக்கு... ❖ 33

ஜெகந்நாதனும், கெய்த்தான்ஜியும் இணைந்து இத்திட்டத்தினை திறம்பட செயல்படுத்த காந்தி மாணவர் இல்லத்தை பெங்களூரில் ஆரம்பித்தனர். நல்ல உள்ளங்களின் நன்கொடையால் இரண்டு அடுக்கு கட்டடமாக உருவெடுத்தது. இரண்டாவது தளத்தில் கெய்த்தான்ஜியின் குடும்பத்தினரும், முதல்தளத்தில் பிரம்மச்சாரி ஜெகந்நாதனும், 120 மாணவர்களும் தங்கி இருந்தனர். இம்மாணவர்கள் அருகில் இருந்த சேரிகளில் தங்கி மக்களின் தேவைகளை அறிந்து அவற்றை பூர்த்தி செய்து கொடுக்கும் வகையில் பயிற்றுவிக்கப்பட்டனர்.

1940 ல் ஜெகந்நாதன் இதேபோன்ற ஓர் இல்லத்தை மதுரை மாவட்டத்தில் துவங்குவதற்காக தமிழகம் திரும்பிவிட்டார். கெய்த்தான்ஜி தனிமனிதராக, கிராமசேவைக்காக மாணவர்களை பயிற்றுவித்ததுடன், சுதந்திர போராட்டத்தில் பங்கேற்க வைக்கும் பாசறையாகவும் மாற்றினார்.

பிரிட்டிஷ் அரசாங்கத்திற்கு கெய்த்தான்ஜியின் செயல்பாடுகள் ஆத்திரமூட்டின. அவரை சுதந்திரப் போராட்டக்களத்தில் இருந்து அகற்ற பல முயற்சிகளை மேற்கொண்டது. பலனளிக்காததால் இறுதியாக அவரை நாடு கடத்தும் உத்தரவை பிறப்பித்தது. பிரிட்டிஷ் அரசாட்சி நடைபெற்றதால் வேறுவழியில்லாமல் கெய்த்தான்ஜி தனது துணைவி, மூன்று குழந்தைகளுடன் பிரிட்டிஷ் இந்தியாவைவிட்டு வெளியேறினார்.

சுதந்திர இந்தியாவிற்கு 1948 ல் திரும்பி வந்த கெய்த்தான்ஜி காந்தி கிராம உருவாக்கத்திலும், ஊழியரகத்தின் ஜீவநாடியாகவும் பணியைத் தொடர்ந்தார்.

கெய்த்தான்

ஜெகந்நாதன்

நிலப்பிரச்சனை காரணமாக தெலுங்கானா பகுதி ரணகளமாக காட்சியளித்தது. அச்சமயத்தில் பங்னார் ஆசிரமத்தில் இருந்து ஆச்சாரியா விநோபாபாவே, பாதயாத்திரையாக போச்சம்பள்ளி கிரா மத்திற்கு வந்து சேர்ந்தார். உழைக்கும் ஏழை விவசாயிகள் பாபாவை சந்தித்து நியாயமான கோரிக்கையை முன்வைத்தனர்.

அன்று மாலை பிரார்த்தனை கூட்டத்திற்கு ஊரே கூடியிருந்தது. உழத்தெரிந்த மக்களுக்கு நிலம் உரிமையாக வேண்டும் என, கூட்டத் தில் பாபா எடுத்துரைத்தார். கூடுதலாக நிலம் வைத்திருப்பவர்கள், அதை தானமாக தர முன்வரவேண்டும் என்ற ஆலோசனையையும் முன் மொழிந்தார்.

இராமச்சந்திர ரெட்டி என்ற நிலச்சுவான்தார் எழுந்து ஐந்து ஏக்கர் நிலத்தை தானமாக தருவதாக கூறினார். அவரை நோக்கிய பாபா, 'உங்கள் குடும்பத்திற்கு எவ்வளவு நிலம் சொந்தமாக உள்ளது...' என்றார். அவர், 500 ஏக்கர் நிலம் இருப்பதாக தெரிவித்தார்.

'சரி, உங்கள் குடும்பத்தில் மொத்தம் எத்தனைபேர்...' என்று அடுத்த கேள்வியை கேட்டார். மொத்தம் நான்கு பேர் என்றார். உடனே பாபா, 'நானும் உங்கள் குடும்பத்தில் ஒருவன் தான். என்னை ஏற்றுக்கொண்டு எனக்கும் ஒரு பங்கு நிலத் தருவீர்களா...' என்று கேட்டார்.

இராமச்சந்திர ரெட்டிக்கு இன்ப அதிர்ச்சி. அவர் மற்ற சகோதரர் களுடன் கலந்துபேசி, 500 ஏக்கர் நிலத்தை ஐந்தாகப்பிரித்து, பாபாவின் பங்காக, 100 ஏக்கர் நிலத்தை அளிப்பதாக வாக்களித்தார். பாபா நன்றியோடு அவரை வணங்கி, தனது பங்காக வந்த, 100 ஏக்கர் நிலத்தையும் உழைக்கும் மக்களுக்கு தானமாக அறிவித்தார். இப்படித் தான் முதல் பூமி தான இயக்கம் ஆரம்பித்தது. பின் இந்தியா முழுவதும் இதன் வீச்சு எதிரொலித்தது. பாபா செல்லுமிடம் எல்லாம் செல்வந்தர்கள் நிலங்களை தானமாகத்தர, அவற்றை அங்கேயே அந்தப்பகுதி மக்களுக்கு பகிர்ந்தளிக்க ஏற்பாடு செய்யப்பட்டது.

பொருளாதார ஏற்றத்தாழ்வு அதிகமாக நிலவிய மஸ்கட் என்ற கிராமம், உத்தரப்பிரதேசத்தில் இருந்தது. இக்கிராமத்திற்கு பாபா வந்திருந்தபோது அன்றைய பிரார்த்தனைக் கூட்டத்தை, 'ஒரு கிராமம் ஒரு குடும்பம்' என்ற வைர வரிகளுடன் துவங்கினார். ஒரு கிராமத்தில் உள்ள நிலம் முழுமையும் அந்த கிராமத்தில் வசிக்கும் அனைவருக்கும் சொந்தமாக வேண்டும். அதில் அனைவரும் இணைந்து பாடுபட்டு விளைச்சலை சமமாக பிரித்துக் கொள்ள வேண்டும். இது கிராமதான திட்டம் என அறிமுகப்படுத்தினார்.

மஸ்கட்டில் வசித்து வந்த சத்துருகன்சிங் என்ற செல்வந்தர், தனக்கு சொந்தமான 400 ஏக்கர் நிலத்தையும் கிராம தானத்திற்கு தர முன்வந்தார். கிராமத்தில் மீதம் இருந்த 800 ஏக்கர் நிலம் ஏனைய செல்வந்தர்களுக்கு சொந்தமாக இருந்தது. சத்துருகன்சிங் முன்வந்ததும், மற்றவர்களும் நிலங்களை கிராம தானத்திற்கு தர சம்மதம் தெரிவித்தனர்.

இவ்வாறு இந்த கிராமத்தில் 1200 ஏக்கர் நிலமும் முதல் கிராம தானமாகப் பெறப்பட்டு பூமிதான இயக்கம், கிராம தான இயக்கமாக பரிணாம வளர்ச்சி கண்டது.

பிரதமர் நேரு பாராளுமன்ற உரையில், 'நாட்டின் ராணுவம் சாதிக்க முடியாததை ஒரு தனி மனிதர் சாதித்துவிட்டார். பாதயாத்திரையாக இதுவரை 30 ஆயிரம் ஏக்கர் நிலங்களுக்கு மேல் தானமாகப் பெற்று உழைக்கும் மக்களுக்கு சொந்தமாக்கியுள்ளார் ஆச்சாரியா விநோபாபாவே' என்றார். மத்திய அரசு அமைக்கும் திட்டக்குழு ஆலோசனைக் கூட்டத்தில் பாபா பங்குபெறுவது அவசியம் என்பதையும் எடுத்தரைத்தார். அவரை அழைப்பதற்கு பாராளுமன்ற ஒப்புதலையும் பெற்றார்.

மூன்று மாத நடை பயணத்திற்கு பின்னர் பாபா டெல்லி சென்றார். வழியெங்கும் ஒரு லட்சத்திற்கும் மேற்பட்ட ஏக்கர் நிலங்களை தானமாக பெற்று மக்களிடம் ஒப்படைத்தார்.

பாபாவுடன் பாதயாத்திரையில் பயணித்தார் ஜெகந்நாதன். அவரை இந்தப் பயணம் பக்குவப்படுத்தியது. யாத்திரையின் போது பாபாவின் பேச்சுக்களை தொகுத்து செய்திகளாகவும், கட்டுரைகளாகவும் எழுதி இந்து, இந்தியன் எக்ஸ்பிரஸ் நாளிதழ்களுக்கு அனுப்பி பிரசுரிக்கச் செய்தார். அவற்றை தமிழில் மொழிபெயர்த்து மதுரைக்கு அனுப்பி பிரசுரமாக அச்சடித்து தமிழகம் எங்கும் பரப்பச்செய்தார்.

இவரது செயல்பாடுகளை கவனித்த பாபா, ஒருநாள் ஜெகந்நாதனை அழைத்து, 'நீங்கள் எத்தனை மாதங்களாக என்னோடு பயணிக்கிறீர்கள்' என்றார். அடக்கமாக பத்து மாதங்கள் என்றார் ஜெகந்நாதன். 'சரி, நீங்கள் தமிழகம் சென்று அங்கு பூமிதான இயக்கத்தை தொடங்குங்கள். நான் சில ஆண்டுகள் கழித்து அங்கு வருகிறேன்...' என்றார் பாபா.

தமிழகத்திலும் நிலவுடைமைச் சமுதாயம் உடைந்து உழைக்கும் மக்களுக்கு நிலம் சொந்தமாவதில் மகிழ்ச்சி தான். ஆனாலும் தன்னால் மட்டும் எப்படி தனியாக எனும் சிறு தயக்கத்துடன் பாபாவை நோக்கினார். 'தமிழகத்தில் இராஜாஜி, காமராஜர் போன்றவர்கள் துணையாக நிற்பர். தயக்கமின்றி செல்லுங்கள்...' என்று நம்பிக்கையூட்டினார்.

ஜெகந்நாதனும் பாபாவின் கட்டளையை நிறைவேற்ற தமிழகம் செல்ல விழைந்தார். ஆனால் பாபாவிடம் தனது கோரிக்கை வைத்தார். அதாவது, 'இணையர் கிருஷ்ணம்மாள் ஆசிரியர் பயிற் சியை முடித்ததும், இங்கு வந்து உங்களுடன் பாதயாத்திரையில் கலந்து கொள்வார்' என்பதை முன்வைத்து தமிழகம் திரும்பினார்.

பாட்னாவில், பாபாவின் பாதயாத்திரையில் உடன்பயணிக்க தொடங்கினார் கிருஷ்ணம்மாள். யாத்திரையில் வழிப்பாடல்களாக பாரதியார் பாடல்களையும் பிரார்த்தனையில் பக்தி பாடல்களாக வள்ளலார் பாடல்களையும் தமிழில் இனிய குரலில் பாடுவார். சுதந்திரப் போராட்ட காலத்தில் ஆந்திர சிறையில் ராஜாஜியுடன் இருந்த போது தமிழ் கற்றுக்கொண்ட பாபா, அந்த இசையில் லயித்து மெய்மறந்து கேட்பார்.

தமிழகத்தில் பூமிதான இயக்கம் (1953)

மதுரை மீனாட்சி கல்லூரிக்கு அருகில் சிவகங்கை ராஜா மாளிகையில் சர்வோதய நிர்மான ஊழியர்கள் கூட்டம் நடந்தது. அதில், பூமிதான இயக்கத்தை தமிழகத்தில் செயல்படுத்த போவதை முன்மொழிந்தார் ஜெகந்நாதன். கூட்டம் வழிமொழிந்ததால் நம்பிக்கை பூத்தது. நம்பிக்கை தானே நல்வழிகாட்டி. இயக்கத்தை வழிநடத்த மதுரை காந்தி, சர்தார் வேதரத்தினம் பிள்ளை, ஓமந்தூர் ராமசாமி ரெட்டியார் உள்ளடங்கிய காந்தியத் தலைவர்களின் தலைமையில் ஒரு குழு அமைக்கப்பட்டது.

ஆச்சாரியா வினோபாபாவே உடன் கிருஷ்ணம்மாள், ஜெகந்நாதன் தம்பதியினர்.

அது, 1952 அக்டோபர் 2ம் நாள். அகில இந்திய காங்கிரஸ் கட்சி செயலாளராக இருந்த சர்வோதய தலைவர் சங்கர் ராவ் தேவ் தலைமையில் தமிழகத்தில் முதல் பூமிதான இயக்க நடைபயணம், ராமேஸ்வரத்தில் துவங்கியது. நடைபயணம் துவங்கும் முன் ராமநாதபுர ராஜாவை சந்தித்த ஜெகந்நாதனிடம், இயக்கத்திற்காக 1000 ஏக்கர் நிலம் தானம் தருவதாக உறுதியளித்தார்.

தினமும் பதினைந்து இருபது கிலோமீட்டர் நடைபயணத்தில் சென்றடையும் கிராமத்தில் தங்கி மாலை நடைபெறும் பிரார்த்தனைக் கூட்டத்தில், தானம் கோரப்படும். உழைக்க தெரிந்து நிலம் சொந்தமாக இல்லாத உழைப்பாளிகள் உணர்வுகளை உணர்ந்த பல நல்ல உள்ளங்கள் பூமியை தானம் தர இசைந்தனர்.

நாங்குநேரி முனைஞ்சிபட்டி சங்கர் ரெட்டியார் அளித்த 150 ஏக்கர் நிலத்தையும் சேர்த்து, ராமேஸ்வரத்தில் 1,150 ஏக்கர் நிலம் தானமாக பெறப்பட்டது. தமிழகத்தில் பூமிதான இயக்கம் வளர்ந்தது. சங்கர்ராவ் தேவ்வின் உணர்ச்சிப்பிழம்பான சொற்பொழிவுகளை அதே உணர்ச்சி குன்றாது தமிழில் மொழிபெயர்ப்பார் ஜெகந்நாதன்.

மதுரை, கோவை மாவட்டம் வழியாக நடைபயணம் தொடர்ந்தது. மூன்று மாத கால தொடர் பயணத்தில், 3,500 ஏக்கர் நிலம் தானமாக பெறப்பட்டதும், சங்கர்ராவ் தேவ் விடைபெற்றார். ஜெகந்நாதன் ஏனைய சர்வோதய அன்பர்கள் துணையுடன் இயக்கத்தை தொடர்ந்தார்.

கல்லூரிப்படிப்பை முடித்தவுடன் சர்வோதய இயக்கத்தை நாடி வந்த கே.எம்.நடராஜன், ஜெகந்நாதனின் வலதுகரமாகவே செயல்பட்டார். காரியாலய பணிகளையும் இயக்கத்திற்கு வரும் வட இந்திய சர்வோதய தலைவர்களின் பேச்சுக்களையும் அடிபிறழாமல் மொழிப்பெயர்ப்பதில் வல்லவர். இன்றும் ஜெகந்நாதனின் வாரிசாக மதுரை சர்வோதய இலக்கிய பண்ணையை நிர்வகித்து வருகிறார்.

ஜெ.பி. அரசியல் துறவரம் பூண்டு பூமிதான இயக்கத்தில் இணைத்துக்கொண்டவுடன், தமிழகத்தில் சோஷலிஸ்ட் இயக்கத்தில் இருந்த ஆர்.வரதன், பத்மாவரதன், புதுவை எஸ்.ஆர்.சுப்பிரமணியம், நெல்லை பொன்னையா, திருச்சி எம்.ஆர்.பழனிசாமி போன்றவர்களும் பூமிதான இயக்கத்தில் இணைத்துக்கொண்டனர். ஜெ.பி. தமிழகம் வந்திருந்தபோது, அன்றைய முதல்வர் காமராஜரும் சேர்ந்து சுற்றுப் பயணத்தில் பங்கேற்றது பூமிதான இயக்கத்தை வலுவேற்றியது.

கழுகுமலை, பம்பப்படையூர், திருத்துறைப்பூண்டி, படியூர், திருப்பத்தூர் போன்ற இடங்களில் பூமிதான இயக்க மாநாடுகள் நடத்தப்பட்டன. தமிழகத்தில் மக்கள் இயக்கமாக மாறிய பூமிதான இயக்கத்தால்

மூன்றாண்டு காலத்தில், 70,000 ஏக்கர் நிலங்கள் பெறப்பட்டு, 53,000 குடும்பங்களுக்கு பிரித்தளிக்கப்பட்டது.

சுதந்திர போராட்டத்திற்கு பின், வலுவான இயக்கமாக பூமிதான இயக்கத்தை சர்வோதய ஊழியர்கள் முன்னெடுத்துச் சென்றனர்.

வயலூர் கூட்டுப்பண்ணை

செங்கற்பட்டில் கூடிய சர்வோதய அன்பர்களின் கூட்டத்தில் கிராமதான இயக்கம் வலுப்பெற வேண்டிய அவசியம் விவாதிக்கப்பட்டது. அந்த கூட்டத்திற்கு வந்திருந்த உத்திரமேரூர் வட்டம் வயலூர் கிராமத்தை சேர்ந்த ராமகிருஷ்ண ரெட்டியார், காளியாம்பூண்டி கிராமத்தில், 400 ஏக்கர் நிலத்தை கிராம தானத்திற்கு தருவதாக அறிவித்தார். அத்துடன், வயலூரில் தனது மனைவி பெயரில் இருந்த 104 ஏக்கர் நிலத்தையும் தானம் தர முன்வந்தார்.

ஆனால் இவரது மனைவி இதற்கு உடன்பட மறுத்துவிட்டார். மனைவி சம்மதிக்கும் வரை உண்ணாவிரதம் இருக்க தொடங்கினார். இரண்டாம் நாளே, அவரது மனைவி நிலத்தை தானமாக எழுதி தந்தார். அந்த கிராமத்தில் உள்ள ஏனையோருக்கு சொந்தமான, 25 ஏக்கர் நிலமும் அடுத்தடுத்து தானமாக்கப்பட்டது.

ஆனால் சுப்பன் என்ற தாழ்த்தப்பட்ட ஏழை விவசாயி மட்டும் முதலில் தயங்கினார். பின் கிராம மக்கள் அனைவரின் நலனையும் கருத்தில் கொண்டு தனக்கு சொந்தமான ஒரு ஏக்கர் நிலத்தையும் பொது பயன்பாட்டிற்காக தானம் தர முன்வந்தார்.

இவ்வாறு வயலூர் கிராமத்தில் 130 ஏக்கர் நிலமும் கிராம தானமாக்கப்பட்டது. கிராமத்தில் வசித்து வந்த, 35 குடும்பங்களும் ஒன்று சேர்ந்து பாடுபட்டனர்.

ஜெ.பி.யின் வலதுகரமாக தமிழகத்தில் செயல்பட்ட எஸ்.ஆர். சுப்பிரமணியன், விளைப்பொருள் விளையும் காலம்வரை கிராம மக்களின் உணவு தேவையை பூர்த்தி செய்ய, சென்னையில் பிடி அரிசி வசூல் செய்தார். வயலூரில் வசித்த மாணிக்கத்திடம் ஒப்படைத்து மக்களுக்கு சோறிட வழி வகுத்தார்.

பின்னாளில் 35 குடும்ப மக்களும் சரிவர வேலைக்கு வராததால் நிலங்களை ஜெயப்பிரகாஷ் நாராயணன் பண்ணை, காந்திபண்ணை, விநோபாபாஜி பண்ணை என்று ஏழு குழுக்களாக பிரித்து பண்ணை விவசாயத்தை செயலாற்றினார்.

ஆறு ஆண்டுகளுக்குப் பின், 1956 இல் பாபா தமிழகத்திற்கு வந்தபோது வயலூர் கூட்டுப்பண்ணை விவசாயத்தை கிராமதானமாக அறிவித்து வரவேற்றனர். லட்சம் பேர் திரண்ட அகில இந்திய சர்வோதய மாநாடு காஞ்சி மாநகரில் கோலாகலமாக நடத்தப்பட்டது. மாநாட்டிற்கு பின்னர் பாபா பதினான்கு மாதங்கள் தமிழக மண்ணில் நடைபயணம் மேற்கொண்டார். அப்போது, 4200 ஏக்கர் நிலங்கள் கிராம தானமாகப் அறிவிக்கப்பட்டது.

பாபாவின் இப்பயணத்தை வெற்றிப்பயணமாக்க சூறாவளியாய் சுழன்ற கிருஷ்ணம்மாள், ஜெகந்நாதன் உடன் மூன்று வயது பூமிக்குமாரும் சுற்றி சுற்றி பறந்து கொண்டிருந்தார். எட்டு வயதுவரை, பெற்றோருடன் சேர்ந்தே இயக்கத்தில் பயணித்த பூமிக்குமாரை, சர்வோதய ஊழியர் ஒருவர் தான் ராமகிருஷ்ணா பள்ளியில் சேர்த்து படிக்க வைத்தார்.

மதுரையில் பாபாவின் பயணத்தில் இணைந்து கொண்டார் ஜே.சி.குமரப்பா அப்போது, 'கிராமதானம் என்று நிலப்பிரப்புத் துவத்தின் மீதே தாக்குதலை தொடுத்து வருகிறீர்கள்... தானமாக பெற்ற இந்த நிலங்களை மக்களுக்கு பிரித்து கொடுத்து, உற்பத்தி சார்ந்த நிர்மாணப் பணிகளை ஆரம்பித்தால் தான் இயக்கம் நிலைபெறும்...' என பாபாவிடம் வலியுறுத்தினார்.

பாபா இந்த கருத்தை ஏற்காமல், நிலவுடமையை அழிப்பது மட்டும் தான் நமது பணி. அதன் மீது புதிய சமுதாயத்தை கட்டும் பணியை வரும் தலைமுறை பார்த்துக்கொள்ளும் என்று முற்றுப் புள்ளிவைத்தார். குமரப்பாவின் சிந்தனை செயலாக மாறியிருந்தால் கிராம தான நிலங்கள், கிராம ராஜ்யங்களாக நிலைப்பெற்று வளர்ந்திருந்திருக்கும்.

முதுகுளத்தூர் கலவரம் (1957)

சுதந்திரப்போராட்டம் ஒடுக்கப்பட்ட மக்களிடையே விழிப் புணர்வை ஏற்படுத்தி இருந்தமையால், குழந்தைகளை பள்ளிக்கு அனுப்பினர். ஒடுக்கப்பட்ட வகுப்பை சேர்ந்தவர்கள் படித்து பட்டம் பெற்றால், தங்கள் பண்ணை பணி, வீட்டு வேலை, ஆடு, மாடு மேய்ப்பது போன்றவற்றை செய்வது யார் என்ற அச்சம், நிலவுடைமையாளர்களைப் பிடித்தாட்டியது.

எனவே, நிலவுடமையாளர்களும், பெரும் பணக்காரர்களும், குழந் தைகள் பள்ளிக்கு செல்வதை தடுக்கும் வகையில், தங்கள் வீட்டில் வேலை செய்தவர்களுக்கும், வயலில் பாடுபடும் பாட்டாளிகளுக்கும், பலவித நெருக்கடிகளை கொடுக்கத் துவங்கினர்.

காலச் சூழ்நிலையால், ஒவ்வொரு சாதியினரும் மேல் நிலையாக்கம் பெற்று முன்னேற முனைந்திருந்த சமயம் அது. இதுவரை செய்த குலத்தொழிலை மாற்றி முன்னேற முயன்றனர். பனைத்தொழிலில் ஈடுபட்டு வந்த நாடார் சமூகம், பலசரக்கு கடை வியாபாரிகளாயினர். வட்டிக் கடை நடத்தி வந்த நாட்டுக்கோட்டை நகரத்தார் இந்தியன் வங்கி, இந்தியன் ஓவர்சீஸ் வங்கி, பாங்க் ஆப் மதுரா என வங்கிகளைத் தொடங்கி வங்கி தொழிலுக்கு மாறினர்.

அடிமை தொழில் செய்து வந்தவர்கள் கல்வியறிவு பெற முயல்வது கண்டு கொதித்தெழுந்து நசுக்கத் துவங்கினர். தங்கள் குடும்பங்களின் தன்மானம் பறிக்கப்படுவதை கண்டு வெகுண்ட கல்வியறிவு பெற்ற இளைஞர்கள் எதிர்த்து கேள்விகளை கேட்கத் துவங்கினர். இதனால் ஆதிக்கசாதியினருக்கும் ஒடுக்கப்பட்ட படித்த இளைஞர்களுக்கும் இடையே மோதல்கள் ஏற்பட்டன.

கீழத்துவலில் முக்குலத்தோர், ஐவரை கண்மாய் கரையில் கண்களை கட்டி சுட்டு முதுகுளத்துரை கலவர பூமியாக்கும் முதல் படியை காவல்துறை துவக்கியது. தாழ்த்தப்பட்ட மக்களின் குடிசைகள் தீக்கிரை யாக்கப்பட்டன. அவர்களின் உடமைகள் அழிக்கப்பட்டன. கலவரம் கட்டுக்கடங்காமல் போகவே, கண்ணில் படுவர்களையெல்லாம் கைது என்கிற பெயரில், காவல்துறை கொடுமை நிகழ்த்தத் தொடங்கியது.

மூன்றுமாத காலத்திற்கு, கலவர பூமியில் யாரும் காலெடுத்து வைக்க முடியாத அளவிற்கு ஊரடங்கு சட்டம் போடப்பட்டது. அந்தப் பகுதியைச் சுற்றி காவல்துறையின் கடுங்கோட்டை எழுப்பப் பட்டிருந்தது. ஜெகந்நாதனும், கெய்தானும் உண்மை நிலவரம் அறிய, காவல்துறை கட்டுப்பாட்டை மீறி முதுகுளத்துரில் காலெடுத்து வைத்தனர்.

அஞ்சி ஒடுங்கிய முதியவர்கள், பெண்கள்,குழந்தைகளைத் தவிர, ஏனைய ஆண்கள் முகவை மாவட்டத்தை விட்டு வெளியேறியிருந்தனர். உதவிக்கு ஆள் இல்லாமல் உண்ண உணவும், உடுக்க மாற்று உடை இன்றி அல்லலுற்று அனாதைகளாக இருந்தனர். உடனே ஜெகந்நாதன் பூமிதான மற்றும் கிராமதான இயக்க பணிகளை விடுத்து, சர்வோதய ஊழியர்கள் அனைவரையும் முதுகுளத்தூருக்கு வரச்சொன்னார்.

பாதிக்கப்பட்ட மக்களுக்கு உணவு, உடைக்கான நிதியை சௌந்தரம்மாள் திரட்டி, பொருட்களை வாங்கி எடுத்துக்கொண்டு கிருஷ்ணம்மாளுடன் பரமக்குடி விரைந்தார். கிருஷ்ணம்மாள் தலைமையில் பெண் ஊழியர்கள் வீடுவீடாக மக்களை சந்தித்து ஆறுதல் கூறினர். அவர்களை ஆற்றுப்படுத்தி குழந்தைகளுக்கான பால் பவுடர் கொடுத்து சேவையைத் தொடர்ந்தனர். சர்வோதய இயக்கத்தினரை

தொடர்ந்து மற்ற அமைப்பினரும் ராமநாதபுரத்தில் கவனம் செலுத்த தொடங்கினர்.

கோணியம்பட்டி கொடுமைகள் (1957-1958)

நிலக்கிழார்கள், தங்களின் சாகுபடியாளர்களுக்கு கேட்கும் போதெல்லாம் சிறு சிறு கடன்களை கொடுத்தனர். அதற்காக அவர்கள் பாடுபட்டு திருப்பிச் செலுத்தும் பணத்தை வட்டியாக மட்டும் வரவு வைத்தனர். இறுதியில் அசலுக்காக துண்டுதுக்காணி நிலத்தையையும் எழுதி வாங்கினர். பின், பாட்டாளியின் பரம்பரையையே பண்ணை அடிமைகளாக்கி கொண்டனர். தமிழகத்தில் இதுபோல் எண்ணற்ற கிராமங்களின் ஏழை, எளிய மக்களின் நிலங்கள் பறிக்கப்பட்டு பண்ணை அடிமைத்தனம் உருவானது.

கணவாய்ப்பட்டி ஊழியரகத்தருகில் இருந்த கோணியம்பட்டி கிராமத்தில், 52 ஏக்கர் நிலத்தை, நாலாயிரம் ரூபாய் கடனுக்காக உறிஞ்சிக் கொழுத்துக் கொண்டிருந்தார் அம்மாவாச்சி தேவர்.

கிருஷ்ணம்மாள் நடைப்பயணமாக அக்கிராமத்திற்கு சென்று எந்தெந்த வகைகளில் கடனளித்த நிலங்கள் ஆக்கிரமிக்கப்பட்டன என்ற விவரங்களை சேகரித்தார். கோழி, ஆடு, மாடு வாங்க, புகையிலை பயிரிட, சாராயம் குடிக்க என்று கடன்கள் வழங்கப்பட்டிருந்தன. எப்போது வேண்டுமானாலும் கடன் பணத்தை திருப்பிக் கொடுத்து நிலத்தை மீட்டுக்கொள்ளலாம் என்று கூறிக்கொண்டிருந்தார், அம்மாவாச்சி.

மதுரை காந்தியை சந்தித்து, கோணியம்பட்டி அவல நிலையை எடுத்துக் கூறினார். வத்தலகுண்டு வடிவேலுவிடம் அரிசன பிள்ளைகளுக்காக விடுதி கட்ட கொடுத்திருக்கும் 4000 ரூபாயை கிருஷ்ணம்மாளை வாங்கிக் கொள்ள சொன்னார். அதைக் கொடுத்து, கடனை முடித்து நிலத்தை திருப்பித்தர வேண்டினார். அம்மாவாச்சியோ, “கடன் வாங்கிய எவனாவது ஒருவன் நேரில் வந்து, கடன் தொகையை கொடுத்து நிலத்தை திருப்பி கேட்கட்டும் அப்போது தருகிறேன். நீங்கள் போகலாம்...” என்று முகத்தில் அறைவது போல் கூறிவிட்டார்.

கிராமத்து மக்களோ அவரை எதிர்க்க துணியவில்லை. மனம் தளராமல் தினமும் பணத்துடன் கிராமத்துக்கு அதிகாலையில் சென்று மாலைவரை நிலத்தை மீட்குமாறு அறிவுறுத்திக் கொண்டே இருந்தார். அந்த நாளும் வந்தது. அழகர் என்கிற அருந்ததிய இளைஞர் தனது நிலத்தை மீட்க கிருஷ்ணம்மாளிடம், 26 ரூபாய் கேட்டார். ஆம்,

அவரது குடும்பத்தாரிடம், எருமை வாங்க, 16 ரூபாயும், கன்றுக்குட்டி வாங்க, 10 ரூபாயும் என, 26 ரூபாயை கடனாக கொடுத்து, 80 சென்ட் நிலத்தை கிரயமாக்கியிருந்தார், அம்மாவாச்சி.

பணத்துடன் நிலத்தை மீட்க, வீட்டு வாசலில் வந்து நின்ற இளைஞரை அம்மாவச்சியின் மனைவி ஆவேசமாக அடித்து உதைத்தார். அடி வயிற்றில் ஓங்கி மிதித்தால் இளைஞர் இறந்தார். அவரது இறப்பிற்கு கிருஷ்ணம்மாள் தான் காரணம் என, கதையை மாற்றி ஊர் மக்களை நம்ப வைத்தார். கிருஷ்ணம்மாளை விரட்ட சதி அரங்கேற்றி செய்தியை பரப்பினர். மக்களும் அதை நம்பி கிருஷ்ணம்மாளை எதிர்த்தனர்.

உண்மையை உணர்த்தி, நிலத்தை மீட்கும்வரை ஊரைவிட்டு செல்வது இல்லை என்ற முடிவுடன் கிருஷ்ணம்மாள் சத்தியாகிரகம் செய்தார். அசையாது அமர்ந்திருந்த அவரது மன உறுதி மக்களுக்கு உண்மையை எடுத்துரைத்தது. பின் அவருடன் இணைந்து நிலங்களை மீட்டனர். கோணியம்பட்டியின் கொடுமைச்செயல்களை களைய ஓர் அப்பாவி இளைஞர் உயிர் பறிக்கப்பட்டது.

தற்போது அந்த கிராமத்து மக்களின் முன்னேற்றத்திற்காக கிருஷ்ணம்மாளின் வழிகாட்டலில், அந்த இளைஞரின் மகள் அழகம்மா செயலாற்றிக் கொண்டிருக்கிறார்.

சமூகநல பணிதிட்ட அமல் (1958-1962)

அரசு அறிமுகப்படுத்திய சமூகநல திட்டத்தை, வத்தலக்குண்டு வட்டாரத்துக்கு பிரதிநிதியாக இருந்து செயல்பட கிருஷ்ணம்மாளை கேட்டுக் கொண்டார் சௌந்தரம்மாள். அரசின் திட்டம் என்றாலும் தான் முழு சுதந்திரத்துடன் செயல்படுத்த எவ்வித இடையூறுகளும் இருக்காது என்பதாலும், பெண்கள், குழந்தைகளுக்கான சிறப்பு திட்டம் என்பதாலும் கிருஷ்ணம்மாள் இசைந்தார்.

சட்டமன்ற உறுப்பினர் பொன்னம்மாளின் உதவியுடன் திட்டத்தை வகுக்கத் துவங்கினார். இவருக்கு உதவியாளராகவும், டைப்பிஸ்டாகவும் இணைந்தார் லோகநாதன். கிராமங்கள் தோறும், மகளிர் சுய உதவிக் குழுக்களை உருவாக்கி குழுவாக செயலாற்றி பெண்கள் வாழ்வில் முன்னேற்றம் பெற முடியும் என்ற பயிற்சி அளிக்கப்பட்டது. மேலும் சுயதொழில் தொடங்குவதற்கான சிறு தொழில்களில் பயிற்சி அளிக்க முடிவு செய்யப்பட்டது.

இதற்காக வத்தலகுண்டு வட்டாரத்தில் எட்டு மையங்களை துவக்கி பொறுப்பாளர்களாக அந்தந்த பகுதி பெண்களையே நியமித்தார். ஆரம்ப கட்ட பணிகளை துவக்கி உடனிருந்து வழிகாட்டினார். பெண்களே தனியாக செயலாற்ற சிறப்பு பயிற்சிகளையும், தன்னம்பிக்கைகளையும் ஏற்படுத்தினார் கிருஷ்ணம்மாள்.

விவசாயிகள் பேரணி: (1961)

வத்தலகுண்டு பேரூராட்சியில், 300 கிராமங்களில் நிலங்கள் கிரமதானமாக பிரகடனப்படுத்தப்பட்டிருந்தது. இவற்றில் ஆக்கப் பணிகளை மேற்கொள்ள, கணவாய்ப்பட்டி என்ற கிராமத்தில் சர்வோதய ஆசிரமம் அமைக்கப்பட்டது. இதன் கட்டுமானப் பணி களுக்காக அர்ப்பணிப்புடன் செயல்பட்டவர் கெய்தான். நீர் இறைத்தல், கல் சுமந்தல், அத்தியாவசிய பொருட்களை சேகரித்தல் என அனைத்து பணிகளிலும் முழுமையாக ஈடுபடுத்தி, இந்த ஆசிரமத்தை உருவாக்கினார்.

தமிழக பயணத்தை முடித்த பாபாவை வழியனுப்பி வைத்துவிட்டு கணவாய்ப்பட்டிக்கு வர, கிருஷ்ணம்மாள், ஜெகந்நாதனுக்கு அழைப்பு விடுத்திருந்தார்.

அனைவரும் இணைந்து செயல்படும் வகையில், மதுரையில் செயல் பட்டு வந்த தமிழ்நாடு சர்வோதய மண்டலக் காரியாலமும் இந்த ஆசிரம கட்டடத்துக்கு மாற்றப்பட்டது. இவ்வாசிரமத்திற்கு திறமை யும், உற்சாகமும் மிக்க தாழ்த்தப்பட்ட வகுப்பை சார்ந்த கே.அவையன் என்பவர், செயலாளராக நியமிக்கப்பட்டார். இவர் அரசு பணியை துறந்து, சர்வோதய ஊழியராக அர்ப்பணித்துக்கொண்டவர்.

கணவாய்ப்பட்டி, கோட்டைப்பட்டு, குண்ணுவாரங்கோட்டை கிராமங்களில் முதன் முதலில் கிராம சபைகள் அமைக்கப்பட்டன. இதை போன்றே மதுரையை சுற்றியுள்ள மேலூர், அலங்காநல்லூர், வாடிப் பட்டி, நிலக்கோட்டை, திருமங்கலம் ஆகிய வட்டார கிராமங்களிலும், கிராமசபைகள் நிறுவப்பட்டன.

கிராம முன்னேற்றத்துக்காக முதல் கட்டமாக சில பணிகள் செய் யப்பட்டன. அதாவது விவசாயத்தையே மறந்து, நகரங்களுக்கு குடிபெயர்ந்த, நிலவுடமையாளர்களுக்கு கடிதங்கள் அனுப்பப்பட்டன. அவர்களின் நிலங்களை கிராமதானமாக தரக்கேட்டு, கிராம சபை சார்பாக கடிதங்கள் அனுப்பப்பட்டன.

இந்த கடிதங்களுக்கு பதில் இல்லை. எனவே, விவசாயிகளை ஒன்று திரட்டி, மதுரை மாவட்டத்தில் ஒரு மாபெரும் பேரணியை நடத்தி அதில் கடிதத்தில் கோரப்பட்ட விவரங்களை, கோரிக்கையாக அரசுக்கு முன்வைக்க முடிவு செய்யப்பட்டது. விவசாயிகளை திரட்டும் பணியில் சர்வோதய ஊழியர்கள் ஈடுபடலாயினர்.

வத்தலகுண்டு பகுதியில் ஜெகந்நாதனும், அப்போதைய சட்ட மன்ற உறுப்பினர் ஏ.பொன்னமாளும், சோழவந்தான் பகுதியில் கிருஷ்ணம் மாளும், லோகநாதனும்; மேலூர் பகுதியில் வரதனும், பத்மாவரதனும் என, வட்டார வாரியாக பிரிந்து சூறாவளியாக மக்களை அணி திரட்டு வதில் சுழன்றனர்.

அனைத்து வட்டாரங்களில் இருந்தும் சர்வோதய ஊழியர்களின் தலைமையில் ஏறக்குறைய 25000 விவசாயிகள் நடைப்பயணமாக மதுரையை நோக்கி குவியத்தொடங்கினர். இரவு நேரத்தில் நடைப் பயணவாசிகள் தங்கி ஓய்வெடுக்க வசதியாக, நகராட்சிப் பள்ளிகளில் அனுமதி வாங்கிக் கொடுத்திருந்தார் மதுரை காந்தி. அணிதிரண்ட விவசாயிகளின் உணவிற்காக மொச்சை, தட்டைப்பயிறு, பாசிப்பயிறு என அவித்து மலையாக குவித்தனர் கதர் சர்வோதய சங்கத்தினர். பேரணியில் முழக்கமாக...

'பட்டணத்தில் வசிக்கும் நிலவுடமையாளர்களே... உழத்தெரியாத நீங்கள் உழத்தெரிந்த எங்களுக்கு உங்கள் நிலங்களை கொடுங்கள். பட்டா முறை மலையேறிப்போச்சு... தனியுடமையாக நிலங்கள் இருக்க வேண்டாம். அதனை பொதுவுடமையாக்க கிராம தானத்திற்கு தாருங்கள்...' என்ற ஒலி மதுரை மாநகர் முழுவதிலும் எதிரொலித்தது. பட்டணத்தில் வசித்துவந்த நிலவுடமையாளர்களின் செவிகளில் ஒலித்து அதிர வைத்தது.

இம்மாபெரும் பேரணியின் வெற்றியின் எதிர் வினையாக மதுரை மாவட்ட நிலவுடமையாளர்கள் சங்கம் கூடி ஒரு தீர்மானத்தை அவசர அவசரமாக நிறைவேற்றியது. நிலங்களை குத்தகை சாகுபடி செய்துவந்த வர்கள் பற்றி கணக்கெடுத்தனர். அதில் யார் யார் எல்லாம் பூமிதான, கிராமதான இயக்கத்தினருடன் தொடர்பில் இருக்கிறார்கள் என, அறிந்தனர். அவர்களில், 140 விவசாயிகளை, தங்களது நிலங்களில் இருந்து வெளியேறும்படி, நோட்டீஸ் அனுப்பி வைத்தனர். அவர்கள் கொண்டுள்ள அச்சத்தை அந்த நோட்டீஸ்கள் பிரதிபலித்தன.

மதுரை மாவட்டம், மேலூர் அருகே முத்திருளாண்டிபட்டி என்ற கிராமத்தில், நோட்டீசுக்கு எதிராக சத்தியாகிரகம் செய்வது என

முடிவு செய்யப்பட்டது. இதற்கு முன்னரே விளாம்பட்டி கிராமத்தில் சத்தியாகிரகம் துவங்கிவிட்டது. முத்திருளாண்டிபட்டி சத்தியாகிரகத்துக்கு தலைமையேற்ற பத்மாவரதன் கைக்குழந்தையோடு கைது செய்யப்பட்டார். இதேபோல் மற்ற வட்டாரங்களில் சத்தியாகிரகத்தில் ஈடுப்பட்ட, 300க்கும் மேற்பட்ட சர்யோதய ஊழியர்கள் கைது செய்யப்பட்டனர். சத்யாகிரக தலைவர்களான கெய்தான், ஜெகந்நாதன், வரதன், சத்தியாகிரகத்துக்கு வலுசேர்க்கும் வகையில் வத்தலகுண்டில் பங்கேற்ற ஆந்திர சர்வோதய தலைவர் கோர உட்பட அனைவரும் கைது செய்பட்டனர்.

இந்த விவரத்தை கிருஷ்ணம்மாள், அன்றைய அகில இந்திய காங்கிரஸ் கமிட்டியின் தலைவரான காமராஜரின் கவனத்திற்கு கொண்டு போனார். உடனே கக்கனை மதுரைக்கு சென்று நிலைமை அறிந்து, நடவடிக்கை எடுக்கச் சொன்னார்.

காவல்துறை மந்திரி கக்கன் மதுரையில் நிலவுடமையாளர் சங்க நிர்வாகிகளை சந்தித்து, 'நிலத்துக்கு சாகுபடியாளர்கள் முறையாக குத்தகை செலுத்தி வருவதால், அவர்களை வெளியேறும்படி நீங்கள் அனுப்பிய நோட்டீஸ் தவறானது. உடனடியாக அவற்றை திரும்பபெறுங்கள்...' என்று வலியுறுத்தினார். இதையடுத்து, மதுரை மாவட்ட நிலவுடமையாளர் சங்கம், தாங்கள் அனுப்பிய நோட்டீசை திரும்பப் பெறுவதாக அறிவித்தனர். அந்தந்த குத்தகைதாரர்களே அந்த நிலங்களில் சாகுபடியைத் தொடர சத்தியாகிரக போராட்டம் வழிவகுத்தது.

சிறையில் இருந்த தலைவர்களை சந்தித்து நோட்டீஸ் திரும்ப பெறப்பட்டதை தெரிவித்தனர். சத்தியாகிரகத்தில் ஈடுப்பட்டதால் கைது செய்யப்பட்ட அனைவரையும் விடுதலை செய்யும் உத்தரவை பிறப்பித்து சென்னை திரும்பினார், அப்போதைய அமைச்சர் கக்கன்.

அய்யன்கோட்டை அநீதி (1964)

'வீட்டில் நடந்த திருட்டுக்கு, அய்யன்கோட்டை தாழ்த்தப்பட்ட மக்கள் தான் காரணம்...' என்று காவல் நிலையத்தில் புகார் கொடுத்திருந்தார் அவ்வூர் நிலக்கிழார். காசு உள்ளவனுக்கு சேவகம் செய்யும் காவல் துறை, மதுரையிலிருந்து சிறப்பு காவல் படையை வர வழைத்து கிராமத்தையே அலசி வடிகட்டியது. கண்ணில் பட்டவர் களையெல்லாம் தடியால் தாக்கியது. தாக்குதலில் மரணத்தை தழுவிய ஒருவரின் சடலத்தை, 15 கிலோமீட்டருக்கு அப்பால் புதைத்து தடயத் தை அழித்தது. பலரை கைது செய்த போலீஸ், ஒரு பெரியவருக்கு

செருப்பு மாலை போட்டு இழுத்துச் சென்றது. அனைவரையும் பட்டி வீரன்பட்டி காவல் நிலையத்தில் அடைத்தது.

அய்யன்கோட்டை மக்களின் அல்லல் பற்றி அறிந்த கிருஷ்ணம்மாள், காவல் நிலையத்தில் நின்றார். தடயம் அழித்த சடலத்தை தோண்டி எடுக்க வைத்தார். பரிசோதனைக்கு அனுப்பி, போலீஸ் தடியடியால் தான் மரணம் நிகழ்ந்தது என, மருத்துவ சான்றிதழைப் பெற்றார். நீதி மன்றத்தில் வழக்கும் தொடுத்தார். டபிள்யூ பி.எ சந்திர சேகர், அப்துல் அஜீஸ், கீரைப்படையார், வெள்ளைச்சாமி, பொன்ராம், காமாட்சிபுரம் காமட்சி தேவர் போன்ற சர்வோதய ஊழியர்களும் அய்யன்கோட்டை அநீதியை அம்பலமாக்க கிருஷ்ணம்மாளுடன் களத்தில் நின்றனர்.

இந்த அநீதிக்கு உடந்தையாக இருந்த, 13 போலீசார் குற்றவாளிகள் என, அறிவித்து நீதிமன்றம் சிறை தண்டனை வழங்கியது. தீர்ப்பு வந்தவுடன், 13 போலீசாரும் மன்னிப்புக்கோரி கிருஷ்ணம்மாளை அணுகினர். 'எனக்கு அந்த உரிமையில்லை; பாதிக்கப்பட்ட மக்களிடம் போய் கேளுங்கள்...' என்று சொன்னார்.

மக்களும், இந்த, 13 குற்றவாளிகளும் தனி மனிதர்களாகத் தெரியாமல், 13 குடும்பங்களாக எண்ணி, அவர்களை நம்பியுள்ள பெண்கள், குழந்தைகள் அல்லலை கணக்கில் எடுத்து மன்னித்தனர்.

ஆரம்பத்தில் தனித்து செயல்படுபவையாக இருந்து பின் அரசின் திட்டங்களை அமல் படுத்தும் தொண்டு நிறுவனங்களாக வளர்ச்சி பெற்றன. ஜெகந்நாதன் தலைமைப் பொறுப்பிலிருந்து விலகிக் கொண்டார். தொண்டு நிறுவனங்கள் அரசை ஆதரித்து செயல்படல் வேண்டும். ஆனால் சர்வோதய இயக்கம் அரசை எதித்தும் செயலாற்றும் நிலை இருந்ததால் ஜெகந்நாதன் ஊழியரகம் திரும்பி கிராம சுயராஜிய நடைபயணத்தை தொடர்ந்தார்.

கிருஷ்ணம்மாளும் சமூக நல பணி திட்டங்களை அமுல் படுத்தும் பணியினை பெண்களிடம் ஒப்படைத்து ஊழியரகம் வந்து ஜெகந் நாதனுடன் இணைந்து நடைபயணத்தில் பங்கேற்றார்.

வெண்மணி தீ (1968 –1971)

கடந்த 1968 டிசம்பர் 25 ம் நாள் உலகமே கிறிஸ்து பிறப்பு பண்டி கையில் மூழ்கித் திளைத்திருந்தது. அந்த வேளை, கீழ்வெண்மணியில் ராமைய்யாவின் குடிசை, கயவர்களின் காட்டுமிராண்டித்தனத்தால் கொளுத்தப்பட்டது. தீ கொழுந்துவிட்டு எரிந்து விண்ணை நோக்கி

❖ நிலமடந்தைக்கு... ❖ 47

அசோபா உருவாக்கம்

விநோபாபாவின் பூமிதான இயக்கத்தால் ஈர்க்கப்பட்ட ஜிவானி எர்மெலியா என்ற இத்தாலியர், இந்தியா வந்தார். ஆரம்பத்தில் பெங்களூரில் ராமச்சந்திரனுடன் சேரிகளில் பணியாற்றினார். அங்கு நிர்மாணப் பணிகளை சரிவர செயல்படுத்த இயலவில்லை. ஆதலால் தமிழகம் வந்து ஜெகந்நாதனை சந்தித்தார். கிராமத்தில் தானமாகப்பெற்ற நிலங்களை பண்படுத்தி விவசாயத்திற்கு பயன்படுத்தும் வகையில் தேவையான உதவிகளை செய்ய ஒரு அமைப்பு அவசியம் என்பதை விளக்கி கூறினார். ஜிவானியின் ஆலோசனை ஏற்கப்பட்டது.

கிராம மக்களின் நலனுக்காக அசோபா (ASSEF: Association for sarva seva Forms) அமைப்பு ஏற்படுத்தப்பட்டது. இதன் தலைவராக ஜெகந்நாதனும், செயலளாராக லோகநாதனும் செயல்பட துவங்கினர். இந்நிறுவனத்துக்கு, நிதி திரட்டித்தரும் பணியில் ஜிவானி ஈடுபட்டார்.

அன்று தமிழகத்தின் ஒரு மூலையில் துவங்கப்பட்ட இந்த அமைப்பு ஆலவிருட்சமாய் படர்ந்து இன்று ராஜஸ்தான், பீகார், ஜார்கண்ட், மத்திய பிரதேசம், மகாராஷ்டிரா, கர்நாடகம் என விழுதுகளை பரப்பி, தழைத்தோங்கி நிற்கிறது. கிராம நிர்மாண பணிகளை ஆற்றுவதில் அசோபா உலக அளவில் முன்னோடி அமைப்பாக விளங்குகிறது. அதன் செயலாலளர் லோகநாதன், இன்று அசோபா லோகநாதன் என்ற அடைமொழியோடு அழைக்கும் அளவிற்கு பிரபலமாகியவிட்டார்.

மேயர் டிரஸ்டு

நிலமில்லா விவசாயிகளுக்கு குறைந்த விலையில் நிலங்களை வாங்கித்தருவது, உழவடைச் சாதனங்களை வாங்கித்தருவது போன்ற செயல்பாடுகளுக்காக உருவாக்கப்பட்டது தான் மேயர் டிரஸ்டு. ஜெர்மன் நாட்டைச் சேர்ந்த மேயர் சுவாப் பெடிஷன், விநோபாபாவின் பணிகளால் ஈர்க்கப்பட்டு கிராம நிர்மாண பணிகளில் இணைத்துக் கொண்டவர். ஊழியரகம் வந்து ஜெகந்நாதனிடம் திட்டத்தை விவரித்தார். அவரை தலைவராகவும் பாலகிருஷ்ணன் என்பவரை செயலாளராகவும் நியமித்து, 'மேயர் டிரஸ்டு' இயங்கத் தொடங்கியது. நிதி திரட்டலை சுவாப் பெடிஷன் கவனித்துக் கொண்டார்.

விரவியது. அடங்காப் பசியில் சுழற்றி சுழற்றி, 44 உயிர்களை சுட்டுப் பொசுக்கியது தீயின் நாக்கு. தீயில் வெந்து மடிந்து சாம்பலாகும் சடலங்களை கண்டு பூரித்திருந்தார் கோபாலகிருஷ்ண நாயுடு.

தமிழக அரசு, 1960 களில் கொண்டு வந்த நில உச்சவரம்பு சட்டத்தில் திருத்தங்களை மேற்கொள்ள வலியுறுத்தப்பட்டன. பஞ்சத்தின் போது, 5 லிட்டர் கூலியை, 6 லிட்டர் ஆக உயர்த்தி கேட்டு போராட்டம் நடந்தது. பசுமைப் புரட்சி, 1965ல் துவங்கப்பட்டது. அந்த ஆண்டு விளைந்த நெல் முழுவதும் நெற்களஞ்சியமான தஞ்சை மாவட்டத்தை விட்டு, வெளியூர் கொண்டு செல்லப்பட்டது. தஞ்சையில் இதுவரையில், விவசாய கூலிகளுக்கு வழங்கிவந்த தானிய கூலியை நிறுத்திவிட்டு பணக்கூலியாக தர, பண்ணையாளர்கள் முயற்சித்தனர். இதை எதிர்த்து நடந்த போராட்டம் தானியம் மற்றும் பணக்கூலி நடைமுறையை தஞ்சைத் தரணிக்கு மட்டும் பெற்றுத்தந்தது. பணக்கூலிக்காக வேலை செய்ய வரமாட்டேன் என்ற உள்ளூர் ஆட்களை, தவிர்த்து வெளியூர் ஆட்களை இறக்கி சாகுபடி செய்ய முயற்சி நடந்தது. இதை, முத்தரப்பு மாநாடு மூலம் தடுத்து உள்ளூர் மக்களுக்கு வேலை என்ற உரிமை திருவாரூர் உடன்பாட்டில் நிறைவேறியது.

இது போன்ற கடும் போராட்டங்கள் பேச்சு வார்த்தைகள், பண்ணை அடிமை முறையை ஒழித்தது. வில்வண்டி மணி ஓசை தூரத்தில் கேட்ட வுடன், துண்டை இடுப்புக்கு மாற்றி குனிந்திருந்தவர்களை, நிமிர வைத்தது. தோளில் துண்டு அணிந்து காலில் செருப்புடன் தெருக்களில் மிடுக்கு நடைபோட வைத்தது. பெண்களின் கரண்டைக் காலுக்கு மேல் இருந்த சேலையை கணுக்கால் வரை இறக்கியது. போராட்டங்களில் சுரண்டலுக்கு ஆட்பட்டவர்களையே களத்தில் நிற்க வைத்தது செ ங்கொடி. அந்த செங்கொடி. ஒழிப்பது தான் தலையாய பணியாக நில உடைமையாளர்கள் கருதினர்.

‘கொடுக்கறக்கூலிய குனிஞ்சு வாங்கிய பயலுவ எல்லாம் இன்னிக்கு தலை நிமிர்ந்து இவ்வளவு கொடுத்தாத்தான் வேலைக்கு வருவோம்னு கொம்பு சீவுன காளைகணக்கா குதிக்கிறனுவனா... இததெல்லாம் அந்த செவப்பு கொடிக்காறனுவ கத்துகுடுக்கறது தான். ‘எரிகிறதைப் பிடுங்கினால் கொதிக்கிறது தானா அடங்கும்’ என்பது போல் இந்த செவப்பு கொடிக்காரனுவ பின்னாடி போரவுனுவள ஒழிச்சா தான்... நம்ம காலுக்கு கீழக் கிடக்கிற இவனுவ பொட்டி பாம்பா ஒடுங்கு வானுவ...’ என்று, கொக்கரித்தார் நெல் உற்பத்தியாளர் சங்கத்தலைவர் கோபாலகிருஷ்ணநாயுடு.

வர்க்கச் சுரண்டலையும் சாதிய ஒடுக்குமுறையையும் தொடர இந்த கணத்தில், களத்தில் நேரடியாக இறங்கின ஆதிக்க சக்திகள்.

நாகை தாலுகாவில், **1962** களின் இறுதியில் வளர்த்தெடுக்கப்பட்ட போராட்ட சூழலை ஒடுக்க, ஆய்மழை தங்கவேலு படுகொலை செய்யப் பட்டார். இருக்கை பக்கிரி காவலர்களால் சுட்டுக்கொல்லப்பட்டார். பண்ணை ஆட்களால் இரிஞ்சூர் சின்னப்பிள்ளை கடத்தி கொல்லப் பட்டார். காவல்துறையின் கண் முன், கேக்கரை ராமச்சந்தின் வயலில் கொல்லப்பட்டார். சிக்கல் பஸ் நிலையத்தில் பக்கிரிசாமி அடித்துக் கொல்லப்பட்டார். இப்படி நீண்ட தொடர் பட்டியலின் குவியல் தான் வெண்மணியில், **44** உயிர்களின் பலிகள்.

அது, **1968** டிசம்பர் **25** ம் தேதி மாலை, **5:00** மணி. நில கிழார்களின் அடியாட்கள் சிலர், கீழ்வெண்மணியில் டீ கடை வைத்திருந்த முத்து சாமியை வம்புக்கு இழுத்தனர். அவர்களை முறைத்த முனியன், சீனுவாசன் ஆகியோரை முதுகில் அறைந்து இழுத்துச் சென்று ராமனுஜ நாயுடு வீட்டில் மூவரையும் கட்டிப்போட்டனர்.

இதை அறிந்த மக்கள் திரண்டனர். மக்களை நோக்கி வெறிகொண்டு காட்டு கும்பல் சுட்டது. சிதறி ஓடிய மக்கள் ராமையாவின் குடிசையில் தஞ்சம் புகுந்தனர். ஜீப்பில் இருந்து இறங்கி கையில் தீப்பந்தத்துடன் வந்த கோபாலகிருஷ்ண நாயுடு, குடிசையில் பெட்ரோல் ஊற்றி தீ இடுகிறார். மரண ஓலம் சுற்றுவட்டாரங்களில் குலைநடுங்க ஒலித்துக் கொண்டிருந்தது. பச்சை பிள்ளையாவது பிழைத்துக் கொள்ளட்டும் என்று, குடிசையிலிருந்து வெளியே வீசினர். அக்குழந்தையையும் வெட்டி, மீண்டும் தீயில் இட்டு ரசித்தார் கோபாலகிருஷ்ணன்.

ஐம்பது ஆண்டுகளை கடந்தாலும் ஆறாத வடுவாக அந்த நிகழ்வு மனதை நெருடிக் கொண்டிருக்கிறது. கீழ்வெண்மணியின் சுவடுகள் அழியக்கூடியதா...

அதிகாலை வானொலிச் செய்தி, கீழ்வெண்மணியின் கொடூரத்தை கதறியது. அதிர்ந்த கிருஷ்ணம்மாள், குன்றக்குடி அடிகளாரை தொலை பேசியில் அழைத்து பேசினார். திருநெல்வேலியிலிருந்த அவர், 'ஜெகந்நா தனுடன் குன்றக்குடி வந்துவிட்டால், அங்கிருந்து கீழ்வெண்மணி செல்லலாம்...' என்றார்.

அடிகளாரின் காரிலேயே மக்களுக்கு தேவையான அரிசி துணி மணிகளை எடுத்துக்கொண்டு கீழ்வேளூர் காவல் நிலையம் சென்றனர். ஊருக்குள் செல்ல அனுமதி மறுக்கப்பட்டது. 'மீறுவோம்...' என்றனர். வேறு வழியின்றி மீட்பு பணிக்காக அனுமதித்தனர்.

அடுக்கி வைக்கப்பட்ட சடலங்களை சுற்றி ஓங்கி ஒலித்துக் கொண்டிருந்த அவலக்குரல் நடு நடுங்கச் செய்தது. செயலற்று நின்று விட்டனர் சர்வோதைய ஊழியர்கள். பின் ஆசுவாசப்படுத்திக் கொண்டு, முதலில் பச்சை பிள்ளைகளுக்கு பால்பவுடர் வழங்கி பின் குழந்தை களுக்கு உணவளித்தனர். சோர்ந்திருந்த பெண்களை ஆதரவாக தோள் சாய்த்து ஆற்றுப்படுத்த முயற்சித்தார் கிருஷ்ணம்மாள். ஆண்களை தேற்ற முயற்சித்தனர் ஜெகந்நாதனும் அடிகளாரும்.

ஒரு மாதகாலம் உறக்கம் கொள்ளாமல், மக்களை தேற்றினார்கள். ஊரில் தங்க அனுமதி இல்லாததால், அருகே ஆசிரமம் அமைத்தனர். மக்களை திரட்டி, கிராமங்களில் இரவு பள்ளிகளைத் துவங்கி குழந்தை களுக்கு பாட அரிச்சுவடி கற்பிக்க துவங்கினார், கிருஷ்ணம்மாள்.

மாநில சர்வோதய ஊழியர்கள் குவிந்தனர். நடைபயணம் மேற் கொண்டு மக்களைத் திரட்ட முடிவு செய்யப்பட்டது. நடைபயணத் துக்கு வலுசேர்க்க வட மாநிலத்தில் இருந்து சங்கர்ராவ் தேவ் வந்தார். எம்.ஆர்.பழனிசாமி நடைபயணத்தில் பறையடித்து, ‘உங்கள் உறவினர் கள் வந்திருக்கிறோம்... வாருங்கள்’ என்றழைப்பார் சங்கரராவின் பேச்சுக் கள் ரணமான மக்களின் மனங்களுக்கு மருந்திடும் வகையில் அமைந்திருந் தது. பேச்சை கே.எம். நடராஜன், அழகு தமிழில் அட்சரம் பிறழாமல் மொழி பெயர்ப்பார்.

இதன் பின்னர், 5 காந்தி அமைதி நிலையங்களை கிராமத்தில் துவக்கினார். ஒரு நிலையத்திற்கு பத்மாவரதனும், வரதனும் பொறுப் பேற்றனர். மனத்தடைகளை விலக்கிய மக்கள், சர்வோதயர்களை நெருங்கினர்.

நிலமில்லா விவசாயிகளுக்கு நிலம் வாங்கித் தர துவக்கப்பட்டிருந்த மேயர் டிரஸ்ட் மூலம் கீழ்வெண்மணியில், 74 குடும்பங்களுக்கு, 74 ஏக்கர் நிலம் வாங்கி சொந்தமாக்க முயன்றார் கிருஷ்ணம்மாள். 1971ல் அன்றைய மாநில அரசின் உதவியுடன், 74 குடும்பங்களுக்கு நிலம் சொந்தம் ஆக்கப்பட்டதும், கிருஷ்ணம்மாளின் கவனம் வலிவலத்தின் மீது திரும்பியது.

பீகார் போராட்டம் (1975 – 1979)

திருவாரூரில் இருந்த கிருஷ்ணம்மாள், ஜெகந்நாதனை, பீகாருக்கு வரும்படி அழைப்பு விடுத்தார் ஜெபி. வலிவலத்திலிருந்து பாட்னாவிற்கு வந்து சேர்ந்த தம்பதியரிடம், பீகார் நில உடைமை பற்றிய தகவல்களை திரட்டி, ஒரு அறிக்கையாக கொடுக்கச் சொன்னார்.

பீகார் மாநிலம் கொடுமைகளின் கூடாரமாக மாறிக்கொண்டிருந் ததால், மாணவர்களை திரட்டி முழு போராட்டத்தை (Total Revalution) நடத்திக் கொண்டிருந்தார் ஜெபி. அவரது கண்ணசைவில் களத்தில் குதிக்கும் நிலையில் மாணவர்கள் தயாராக இருந்தனர். வீரியமாக இருந்தது நிலவுடமையாளர்களின் கொட்டம். எனவே தான் சர்வோதய தம்பதியினரை ஜெபி., பீகாருக்கு அழைத்திருந்தார்.

இம்மாநிலத்தின் நிலவுடமை ராஜாங்கம், தஞ்சை தரணியை போன்றே அமைந்திருந்தது. அங்கே பண்ணையடிமைகள் என்றால் இங்கே கொத்தடிமைகள். வேறு எந்த வேறுபாடும் இல்லாமல் உழைக்கும் மக்களின் உழைப்பை சுரண்டி கொழுத்தனர். மக்கள் தொகையில், 20 சதமே இருந்த இந்த நிலக்கிழார்கள், மீதம் இருந்த, 80 சதவிகிதத்தினரை கொத்தடிமைகளாக கசக்கி பிழிந்து வந்தனர்.

நிலக்கிழார்கள், பூமிகார் (BOOMIHAR) என அழைக்கப்பட்டனர். அவர்கள் நான்கு வகையாக கோலோச்சினர்.

பெரும் பணக்காரர்களாக இருந்த பார்ப்பனர்களின் கையில் கணிசமான நிலம் குவிந்திருந்தது. இவர்கள் கொலை பாவங்களுக்கு அஞ்சாத கொடூர மனம் உடையவர்கள். கொத்தடிமைகள் தலையை உயர்த்தி பார்த்தாலே துப்பாக்கி தான் பேசும். இறந்த உடல்கள் நிலங் களில் உரமாகும்.

மடாதிபதிகள், தனி தர்பார் நடத்திக் கொண்டிருந்தனர். கடவுளுக்கு அடுத்த நிலையில் வைத்துப் பார்க்கப்பட்ட இவர்கள், கருணை இல்லாமல் நடந்து கொண்டனர். கொத்தடிமைகளின் பெண் பிள்ளைகள் பூப்பெய்தியவுடன் கவர்ந்து வந்து கர்ப்பம் தரிக்கும் வரை கசக்கிப் பிழிவர். பின் தூர எறிந்துவிடுவர். இவ்வாறு வீசப்பட்டவர்களை யாரும் தீண்டக்கூடாது; திருமணமும் செய்யக்கூடாது. இவர்களும் இவர்களுக்கு பிறக்கும் குழந்தைகளும் தெருவில் பிச்சையெடுத்து அனாதையாக திரிய வேண்டியதுதான்.

இவ்வாறு இந்த எண்ணிக்கை பெருகி, கர்கர் என, தனி சாதியே உருவாகிவிட்டது. கர்கர் இன சமுதாய மக்கள் மடங்களை சுற்றிய கிராமங்களில் கணிசமான அளவில் வாழ்ந்தனர். இவர்களின் சிறிய குடிசை வைக்கோலால் வேயப்படிருக்கும், மண் தரை ஈரத்தால் நச நசத்திருக்கும் ஒருவருக்கு மேல் வசிக்க இயலாது, கிட்ட தட்ட பன்றின் வாழ்விடத்தை ஒத்திருந்தது. இவர்களின் உணவு வேகவைத்த உருளைகீரையின் சாரு தான். உடுத்திக் கொள்ள ஒரே ஒரு புடவை தான் மாற்று உடை கிடையாது. எப்போதும் அழுக்கேறிய நிலையில் சிக்கேறிய தலையில் பேன்களுடன் கானப்படுவர்.

ராஜபுத்திரர்கள் மற்றும் யாதவ குல பூமிகர்களின் நிலங்களில் பணி செய்த கொத்தடிமைகளின் கருவில் குழந்தை உருவாகும் போதே

கொத்தடிமைகளாக கருதப்படுவர். வேலையில் சுணக்கம் காட்டும் அடிமையின் தலைவெட்டப்பட்டு சேரிகளின் முகப்பில் தோரணமாக தொங்கவிடப்படும்.

மொத்தத்தில் பீகார் காட்டுமிராண்டிகளின் கூடாரமாக மாறி இருந்தது. இதனால் கொலை, கொள்ளை, வழிப்பறி, ஆள்கடத்தல் என, வன்முறைகள் கட்டவிழ்த்து மக்கள் மனிதர்களாகவே வாழ தகுதி அற்றவர்களாக கிடந்தனர்.

காவல்துறையின் காட்டு தர்பார் ஒடுக்கப்பட்டவர்களையும் தாழ்த்தப் பட்டவர்களையும் மேலும் நசுக்கும் விதமாகவே இருந்தது. தகவல் களை திரட்டி, ஜெபி இடம் கொடுத்த தம்பதியினர் மடாதிபதிகளை எதிர்த்து பெண்கள் போராட்டத்தை நடத்துவது அவசியம் என, எடுத்துக் கூறினர்.

இதையடுத்து, பாட்னாவிலிருந்து பெண்கள் போராட்டத்தை முன்னெடுக்க கிருஷ்ணம்மாளை விட்டுவிட்டு, ஜெகந்நாதன் தமிழகம் திரும்பினார். கிருஷ்ணம்மாள் முன்னெடுக்கும் பெண்கள் போராட் டத்திற்கு உதவ இரண்டு இளைஞர்களை ஜெபி அனுப்பினார். உத்திர பிரதேசத்தில் இருந்து ஜெகதீஸ் என்பவரும் லண்டனில் மருத்துவம் பயின்று பீகார் கொடுமைகளைக் களைய ஆர்வம் கொண்டு மாணவர் போராட்டத்தில் பங்கேற்க வந்திருந்த வினையன் என்பவரும். இருவரும் கிருஷ்ணமாளின் இருகரங்களாக, பீகாரில் செயல்பட்டனர். இந்த மூவர் அணி, புத்தகயாவில் சங்கரமடத்தை குறிவைத்து புறப்பட்டது.

புத்தகயா சங்கரமடத்திற்கு, 287 குட்டி மடங்கள் இருந்தன. ஒவ்வொரு குட்டி மடமும், ஒரு குட்டி சாமியாரின் ஆளுகையில் இருந் தது. குட்டி மடங்களின் நில அளவு, 30 ஆயிரம் ஏக்கருக்கு மேல்... இந்த நிலங்களில் உழைத்த கொத்தடிமைகளின் உழைப்பு உறிஞ்சப்பட்டு புத்தகயா மடாதிபதியின் பொற்பாதங்களில் காணிக்கை ஆக்கப்பட்டது.

நில உச்சவரம்பு சட்டம் வருவதற்கு முன், நிலங்களெல்லாம் நேரடியாக மடத்துக்கு சொந்தமாக இருந்தன. இச்சட்டத்திற்கு பின் பினாமி பெயர்களில் எழுதி பத்திரப்படுத்தப்பட்டன. இந்த மடத்திற்கு நேரடியாக, 53 கிளை மடங்கள் இருந்தன. இத்தகவல்களை அரைகுறை இந்தியில் பேசி, மடத்திற்கு எதிரில் இருந்த வளையல் வியாபாரியிடம் கறந்தார், கிருஷ்ணம்மாள். இதற்கே, மூன்று மாத காலத்திற்கு மேல் பிடித்தது.

ஒரு நாள், கிருஷ்ணம்மாளிடம், ‘இனி இங்கு வரவேண்டாம்... என்னுடன் பேச வேண்டாம்...’ என்று வியாபாரி அச்சத்துடன் கூறினார். ஏனெனில் இரு நாட்களுக்கு முன், வாலி என்கிற வாலிபன்

மடத்தின் சொத்து விவரங்களை சேகரித்தான் என்பதை அறிந்து கொலை செய்துவிட்டனர்.

மடத்தைச் சுற்றி யாரேனும் புதிய ஆட்கள் சுற்றுகிறார்கள் எனவும் கண்காணிக்க துவங்கியிருந்தனர். அவரிடம் இறுதி தகவலாக அருகில் அமைந்திருக்கும் நேரடி கிளை மடம் இருக்கும் கிராமத்திற்கு செல்லும் வழியை கேட்டு கிருஷ்ணம்மாள் விடைபெற்றார். இம்மடத்தின் சொத்து விவரங்களை விரிவாகவும் விளக்கமாகவும் அந்த மாவட்டத் தின் அன்றைய ஆட்சியர் தென்காசியைச் சேர்ந்த சுப்பிரமணியன் என்ப வரிடம் முறையான அரசு தகவல்களை பெற்றுக் கொண்டார்.

புத்தகயா மடத்தில் இருந்து, 5 கிலோமீட்டர் தூரத்தில் இந்த மடம் அமைந்திருந்தது. ராம்கிரி என்பவர் தலைகால் புரியாமல் தர்பார் நடத்திக் கொண்டிருந்தார். திக்குத் தெரியாத சிக்குவாரா கிராமத்தில், வழிகாட்டியாக இந்திராஜி இருந்தார். இவர் கஸ்தூரிபாய் காந்தி ஆசிரமத்தில் இருந்த சர்வோதய சகோதரி. மக்களோடு மக்களாக இணைந்து சேவையாற்றி கொண்டிருந்தார்.

அவருடன் இணைந்து, கர்கர் சமுதாய மக்களை சந்தித்து பேசினார் கிருஷ்ணம்மாள். மக்கள் பெயரில் தான் நிலங்கள் பதியப் பட்டு மடத்தால், பினாமியாக கையாளப்பட்டு வருவதை எடுத்து விளக்கினார். இளம் குருத்துக்களை செழித்து தழைத்து வாழ விடாமல் சூறையாடும் மடாதிபதிகளின் கொட்டத்தை அடக்க வேண்டியதன் அவசியத்தையும் கூறினார்.

வாழ்வைப் பறிகொடுத்து பரிதவித்த பெண்களின் செவிகளில் இந்த சொற்கள் எதிரொலித்தன. ராம்கிரிடம் இருந்து, இந்திராஜிக்கு மிரட்டல் கடிதம் வந்தது. பெண்கள் அமைத்த சுவர் இவ்விருவரையும் பாது காத்தது. மடத்திற்கு முன் உண்ணாவிரத போராட்டம் அறிவிக்கப் பட்டது. கிருஷ்ணம்மாளின் பின் மக்கள் அணி திரண்டனர். தங்கள் பெயரில் இருக்கும் நிலத்தை மீட்பதற்காக அணிதிரண்ட பெண்கள் கூட்டத்தைக் காண, பிற கிராம மக்கள் சாரைசாரையாக வரத் துவங்கினர். எழுச்சியுறும் பேச்சால் வலுவூட்ட ஜெபியும் வந்திருந்தார்.

குவிந்திருந்த மக்கள் கூட்டத்தை கலைக்க, கற்களை வீசினர் மட ஆசாமிகள். மக்கள் சிதறி ஓடத் துவங்கினர். நிலைமை கட்டுக்குள் அடங்கவில்லை. ஜெபிக்கு பாதுகாப்பு அளிக்க காவல்துறை வரவழைக் கப்பட்டது. கயவர்கள் காணாமல் போனார்கள். கிருஷ்ணாமாவை தொடர்ந்து ஜெபி பேசி முடித்ததும் கூட்டம் அமைதியாக முடிந்தது. அடுத்து டெங்ரா கிராமத்தில் உண்ணாவிரதம் என, அறிவித்து உண்ணா விரதத்தை முடித்து கிளம்பினர்.

டெங்ரா கிராமத்தில் கூடப் போகும் போராட்டக் கூட்டம் இனி எங்குமே தலையெடுக்க விடாமல் செய்வதற்காக, சண்டியர்களை தயார் செய்யும் தகவல், வினோபாபாவே மூலம் ஜெபியை வந்தடைந்தது.

ஜெபியும் கிருஷ்ணம்மாளை சந்தித்து, நிலைமையை விளக்கினார். ‘இப்போது அந்த கிராமத்திற்கு செல்வோம். மக்கள் ஒன்றுகூடாமல் இருந்தால் போராட்டத்தை தள்ளிவைத்து விடலாம்…’ என ஆலோசனை கூறினார், கிருஷ்ணம்மாள். அனைவரும் அங்கு விரைந்தனர். நூற்றுக்கும் மேற்பட்ட பெண்கள் அணி திரண்டு இருந்தது ஜெபியை ஆச்சர்யத்தில் மூழ்கடித்தது.

உடனே அவர் கிருஷ்ணம்மாளிடம், ‘உண்ணாவிரதத்தை ஆரம்பியுங்கள்… நான் பாதுகாப்பாக இருக்கிறேன்…’ என்றார். ஜெபி அங்கிருந்து அகலும் வரை அமைதி காத்த காவல்துறை உண்ணாவிரத போராட்டத்தில் பங்கேற்றவர்களை கைது செய்து, லாரியில் ஏற்றியது. காவல் நிலையம் நோக்கி செல்லாமல், லாரி வேறு பாதையில் பயணித்தது. நீண்டதூர பயண களைப்பால் இளைப்பாற காவலர்கள் ஓரிடத்தில் லாரியை நிறுத்தி தேநீர் அருந்தச் சென்றனர். இந்த சந்தர்ப்பத்தை பயன்படுத்தி பெண்கள், கிருஷ்ணம்மாளை தப்பி போய் விடும்படி வேண்டினர். ‘நீங்கள் வெளியில் இருந்தால்தான், அணி திரட்ட முடியும்… காவலர்கள் எங்கு கொண்டு செல்கிறார்கள் என்பது தெரியவில்லை. அதனால் நீங்கள் தப்பி போய்விடுங்கள்…’ என, வலியுறுத்தி லாரியில் இருந்து இறக்கிவிட்டனர்.

நிலைமை அறிந்த கிருஷ்ணம்மாள், விரைந்தோடி அருகில் உள்ள மருத்துவமனையில் நோயாளியாக அமர்ந்திருந்து தப்பினார். பீகாரில் இருந்த நாட்களில் சோள ரொட்டியும், தொட்டுக்கொள்ள வெள்ளைப்பூண்டும் உப்பும் சேர்த்து இடித்த தொடுகறியைத் தான் உணவாக பயன்படுத்தினார். பீகாரிப் பெண்கள் அணிந்த புடவைதான், மாற்று உடை.

அன்றிரவு நாட்டில் அப்போதைய பிரதமர் இந்திராகாந்தி அவசர நிலைச்சட்டத்தை பிரகடனப்படுத்தினார். இதனால் கிருஷ்ணம்மாள் கயாவில் இருந்து வாரணாசிக்கு வந்தார். அங்கிருந்து தமிழகத்திற்கு தலைமறைவாகவே வந்து சேர்ந்தார். ஊழியரகத்தில் ஜெகந்நாதனை சந்தித்து பீகார் நிலவரத்தை எடுத்துரைத்தார். மேலும், போராட்டத்திற்கான நிதியை, ஜெபி, சென்னையில் திரட்டி வரச்சொன்ன தகவலையும் பகிர்ந்தார்.

திரட்டிய நிதியுடன் பீகார் விரைந்தார் ஜெகந்நாதன். ஆனால் தனக்கு எதிராக கிளர்ச்சிக்கு வித்திட்ட மொராஜ் தேசாய் மற்றும் ஜெபியை கைது செய்து, சிறையில் அடைத்தது அவசர நிலைச்சட்டம். வெளியில் பாதுகாப்பாக இருந்து கொண்டு பீகார் மாணவர்களை வழி நடத்துமாறு ஜெபி கேட்டு கொண்டதற்கிணங்க செயலாற்றிய ஜெகந்நாதனையும் மோப்பம் பிடித்து கைது செய்து சிறையில் அடைத்தது காவல் துறை. ஏனையோர் இடமிருந்து நிதியை திரட்டி பீகாரி பெண் போல் உடையணிந்து வந்த கிருஷ்ணம்மாள், சிறையில்தான், ஜெகந்நாதனை

சந்திக்க வேண்டியிருந்தது. எனவே தமிழகம் செல்வதுதான் பாதுகாப்பு என்பதை உணர்ந்து திரும்பி வந்தார்.

பக்சார் சிறைச்சாலை, ஆங்கிலேயர் காலத்தில் தூக்கு தண்டனைக் கைதிகளை அடைத்து கொடுமைபடுத்த உருவாக்கப்பட்ட, இருட்டு கெட்டடி. சூரிய வெளிச்சமே படாத இருட்டு அறையில் உடல்நிலை பாதிப்படைந்தது. ஜெபியின் உடல்நிலை, நாளுக்கு நாள் மோசமடைந்து வந்தது. ஆறு மாத சிறை வாசத்தில் ஜெகந்நாதன் கண்கள் பாதிப்படைந்தன. தாரை தாரையாக நீர் வழிந்து கொண்டே இருந்தது. காது மந்தமாகியிருந்தது.

இன்னிலையில் ஜெகந்நாதனின் அப்பா, உடல்நிலை பாதிப்படைந்து இறக்கும் தருவாயில் இருந்தார். அதனால் இவரை பரோலில் அனுப்ப வேண்டிய சூழ்நிலை வந்தது. பீகாரில் இருந்து தமிழகத்திற்கு பரோலில் அனுப்பி மீண்டும் திருப்பி சிறையில் அடைப்பது சிரமம் என்பதால், சென்னை மத்திய சிறைச்சாலையில் அடைக்க உத்தரவு பிறப்பித்தது சிறைத்துறை. ஜெபியின் உடல்நிலை மோசமானதால் அவரை விடுதலை செய்தது. அவசர நிலைச்சட்டம், 1978 ல் திரும்பப் பெறபட்டது. சென்னை மத்திய சிறைச்சாலையில் அடைக்கப்பட்டிருந்த ஜெகந்நாதன், 18 மாத சிறை வாசத்திற்குப்பின் விடுதலை செய்யப்பட்டார். சிறைவாசத்தின் போது, மருத்துவக் கல்லூரியில் படித்துக் கொண்டிருந்த மகன் பூமிக்குமாருக்கும், ஈரோடு கலைமகள் சபா பள்ளியில் படித்துக் கொண்டிருந்த மகள் சத்தியாவிற்கும் கடிதங்கள் எழுதுவார். கடிதத்தில் நாட்டின் நிலைமைகளையும் மக்களின் வாழ்நிலையும் கேட்டு எழுதுவார். எவ்வாறு பாதுகாப்புடன் மக்கள் பணியாற்றுவது என்ற ஆலோசனைகளையும் பகிர்வார். 'தனிப்பட்ட குசல விசாரிப்புகள் கடிதத்தில் இடம்பெற்றதே இல்லை...' என, நினைவுகூர்ந்தார் மகள் சத்தியா. விடுதலையானவுடன் மருத்துவ பரிசோதனை செய்து கொண்டார். அப்போது தான் தெரிந்தது ஒரு கண் பார்வையையும் ஒரு செவி கேட்கும் திறனை இழந்திருந்தது என்பதையும். காலத்தில் சிகிச்சை பெற முடியாமல் போனதே இதற்கு காரணம். பக்சார் சிறைவாசத்தால் ஜெகந்நாதனுக்கு கிடைத்த பரிசு இது.

அன்றைய கயா மாவட்ட ஆட்சியர் அர்ஜூன் சிங்கிடமிருந்து, 1979 இல் கிருஷ்ணமாளுக்கு ஒரு தந்தி வந்திருந்தது. பீகார் மாநிலத்தில் நடைபெறும் நிலப்பட்டா வழங்கும் விழாவில் சிறப்பு விருந்தினராக கலந்துகொள்வதற்கான அழைப்பு அது.

புத்தகயா சங்கரமடத்தின் பினாமி நிலங்களான, 24 ஆயிரம் ஏக்கர், அரசால் கைப்பற்றப்பட்டு நிலமில்லா ஏழை எளிய கர்கர் சமுதாயத்தினருக்கும், உழைக்கத் தெரிந்த விவசாயிகளுக்கும் நிலப் பட்டா வழங்கும் விழாவில் கிருஷ்ணம்மாள் மகிழ்ச்சியுடன் கலந்து கொண்டார். விழாவில் இந்திராஜி பங்கேற்கவில்லை.

அந்த விழாவில் பங்கேற்க சென்ற போது, சிக்குவாரா கிராமத்திற்கு சென்றார். கிராம பெண்கள் கிருஷ்ணம்மாளை சூழ்ந்து கொண்டு, மகிழ்ச்சியில் ஆரவாரம் செய்தனர். இந்திராஜி மறைந்த செய்தி, கண்களை கசிய செய்தது. அங்கு மடத்தின் சன்னிதானம் ராம்கிரி மாண்ட பின், மடம் இருந்த இடம் மண் மேடாக காட்சி அளித்தது.

லாப்டி உதயம் (1981)

நாகை மாவட்டத்தில், குட்டிசிங்கப்பூர் என அழைக்கப்பட்ட கூத்தாநல்லூருக்கு அருகில் இருந்த குலமாணிக்கம் கிராமம். இஸ்லாமியர்கள் அதிகம் வசிக்கும் இக்கிராமத்தில், இஸ்லாமியர்களின் அறக்கட்டளையின் கீழ் ஆதரவற்றோர் இல்லம் ஒன்று அலீப் என்பவர் பொறுப்பில் செயல்பட்டு வந்தது. இதற்கு கிளார் கிராமத்தில், 82 ஏக்கர் நிலத்தை முருகையன்தேவர் என்பவருக்கு குத்தகைக்கு விட்டிருந்தனர்.

குத்தகை தாரர் சிறிது சிறிதாக கொடுத்துவந்த குத்தகை தொகை யையும் சாகுபடி நெல்லையும் குறைத்து ஒரு கட்டத்தில் நிறுத்திவிட்டார். இல்லத்தை தொடர்ந்து நடத்த முடியாமல் அறக்கட்டளை திணறியது. நிர்வாகிகள் கூடி ஆலோசித்தது, 82 ஏக்கர் நிலத்தையும் விற்று அதில் கிடைக்கும் தொகையை வங்கியில் செலுத்தி வட்டியில் செலவுகளை மேற்கொள்ள முடிவு செய்தனர். அதற்கான முயற்சியில் இறங்கினர்.

ஆனால் குத்தகைதாரர் முருகையனின் அச்சுறுத்தலால் யாரும் நிலத்தை வாங்க முன்வரவில்லை. இதை பயன்படுத்தி முருகையன் பினாமி பெயரில் மிக குறைந்த விலைக்கு நிலத்தை வாங்க முயற்சி செய்து கொண்டிருந்தார். இந்த நில விவகாரம் கிருஷ்ணம்மாள் செவிக்கு எட்டியது. உடனே அவர் கருணை உள்ளம் கொண்ட அலீப்பை சந்தித்தார். மூன்று மாத கால கெடு கேட்டார். அதற்குள் அங்கிருந்த, 82 குடும்பங்களில் விளக்கேற்க வசதியாக ஏற்பாடு செய்வதாக கூறினார். அலீப் சம்மதித்தார்.

உடனே சென்னையில் விவசாய அமைச்சரை சந்தித்தார் கிருஷ்ணம்மாள். ‘அந்த நிலத்தை விலைக்கு வாங்கி ஏழைகளுக்குதர வேண்டினார். அமைச்சர் உதவும் நிலையில் இல்லை. அடுத்து குலமாணிக்கம் வந்தார். கிராமத்து மக்களை சந்தித்தார். நிலம் வாங்க தேவைப்படும் தொகையில் மூன்றில் ஒரு பகுதியை ஒவ்வொரு குடும் பமும் ஏற்றுக்கொண்டால் 82 ஏக்கர் நிலமும் 82 குடும்பங்களுக்கு வாங்கலாம். மீதமிருக்கும் இரண்டு பங்குதொகையை ஏற்பாடு செய்வதாக கூறினார். மக்கள் இதற்கு சம்மதித்து தங்கள் பங்கு தொகையை தயார் செய்வதாக உறுதியளித்தனர்.

மிச்ச தொகையை எப்படிப் புரட்டுவது என்ற சிந்தனையிலேயே உழன்றார். ஜெகந்நாதன் வங்கியை அணுகும் ஆலோசனைத் தந்தார். நண்பர் ஜவானி எர்மேலியாவுக்கு நிலைமையை எடுத்துரைத்து நிலம் வாங்க உதவுமாறு கடிதம் எழுதினார்.

ஒரு பங்கிற்கான பணம் ஜவானியிடம் இருந்தது. அந்த பணத்தை சக்கண்ணன் என்பவர் மறைத்து வைத்துவிட்டு காணாமல் போய் விட்டதாக கூறிவிட்டார். ஊழியரகத்தில் தங்கி இருப்பவர்கள் சர்வோதயத்தின் உண்மையான ஊழியர்கள். ஆதலால் பணம் வெளியே சென்று இருக்க வாய்ப்பில்லை. ஏதோ ஒரு கருப்பு ஆடு தான் கைவரிசை யை காட்டி இருக்க வேண்டும் என்ற நம்பிக்கையுடன் சல்லடை போட்டு தேடும் பணியில் ஈடுபட்டனர்.

அலமாரியின் பின் மறைத்து வைக்கப்பட்டிருந்த பணம் கண்டுபிடிக் கப்பட்டவுடன், 'மறைத்தது யார்' என, விசாரிக்க கூட நேரமில்லாமல் அலீபை தேடி ஓடி முதல் தவணையாக பணத்தை தந்து நம்பிக்கை ஊட்டினார்.

இரண்டாவது தவணையாக மக்கள் அளித்த பங்கு பணத்தை கொடுத்து நிலத்தின் மீதான உரிமையை பெற்று வங்கிகளிடம் கடன் கேட்டு அலைந்தார்.

சென்னை மைலாப்பூர் பாரத ஸ்டேட் வங்கி நிலம் வாங்கபோகும் விவசாயிகளின் பெயரிலேயே குறைந்த வட்டிக்கு நில அடமான கடன் வழங்க முன்வந்தது. ஆனால் நிலம் நாகையில் இருப்பதால் திருத்துறைப்பூண்டி வங்கி கிளைக்கு மாற்றி கடன்வழங்க கேட்டுக் கொண்டார் மயிலை வங்கி மேலாளர். மூன்றாவது தவணையான கடைசி தொகையையும் வங்கியில் கடன் பெற்று 82 ஏக்கர் நிலமும் வாங்கப்பட்டது. பின்னர் 82 குடும்பங்களுக்கு பிரித்துக் கொடுத்து அவர்களின் முகங்களில் புன்னகையை தவழவிட்டார் கிருஷ்ணம்மாள்.

சதிகாரன் சக்கண்ணனின் கண்ணாமூச்சி ஆட்டத்தை தடுக்கவும், வங்கிகளை அணுகும் போது தேவைப்படும் சான்றிதழ்களை தயார் செய்வதற்கும் முறையாக ஒரு அமைப்பு அவசியம் என்பதை காலம் உணர்த்தியது. இதன் எதிரொலியால் உருவானதுதான் லாப்டி. (LAFTI: Land for Tillers Freedom)

லாப்டியின் தலைவராக நெல்லை பொன்னையாவும், செயலா ளராக கிருஷ்ணம்மாளும், பொருளாளராக செல்லம்மாளும் பொறுப் பேற்றனர். கே.எம்.நடராஜன், ஜி. சுப்ரமணியம், டீ. சரோஜா போன் றோர் உறுப்பினர்களாக செயல்பட்டனர்.

பத்திர பதிவிற்கான செலவு அதிகமாக இருந்ததால் ஏழை மக்களால் அதை செலுத்த இயலாத நிலையில், பத்திரங்கள் பதியப்படாமலேயே

கிரையம் எழுதிவைப்பதாகச் சொல்லி ஏமாற்றும் நிலையை அறிந்தார் கிருஷ்ணம்மாள். அன்றைய முதல்வர் கருணாநிதியை சந்தித்து, இதற்கு உரிய திட்டம் உருவாக்க கேட்டுக் கொண்டார். முதலமைச்சர் கட்டளைப்படி லாப்டி மூலம் பதியப்படும் நிலங்களுக்கு, பத்திரப்பதிவு இலவசம் என்ற ஆணை பிறப்பிக்கப்பட்டது. தான் முன்னெடுக்கும் ஒவ்வொரு செயல்களிலும் வெற்றி பெற்று முன்னேறிக் கொண்டே இருந்தார்.

கிராம வளர்ச்சித் திட்டத்தின் கீழ் மாடு, கோழி பண்ணை அமைக்க ஆடுவாங்க என கடன் கொடுக்கலாம்... நிலம் வாங்க எப்படி கடன் கொடுக்க இயலும்... என, ஆரம்ப காலங்களில் தேசிய வங்கிகள் தட்டிக் கழித்தன.

லாப்டியின் செயல்பாடுகளை பார்த்தபின் தடையின்றி கடன் வழங்கின. முதலாம் ஆண்டிலேயே, 19 கிராமங்களில், 1112 ஏக்கர் நிலம் வாங்கப்பட்டு, 1112 குடும்பங்களுக்கு பகிர்ந்தளிக்கப்பட்டது.

தாழ்த்தப்பட்ட மக்கள் முன்னேற்றத்திற்கான தேசிய அளவிலான கருத்தரங்கு ஒன்றை டெல்லியில் தேசிய தாழ்த்தப்பட்டோர் நல மேம்பட்டு கழகம் (National scheduled caste development corporation) நடத்த திட்டமிட்டிருந்தது. இதில் கலந்து கொள்வதற்காக கிருஷ்ணம்மாளுடன், மூன்று சமூக சேவகர்களை அழைத்திருந்தது. இவர்களை தவிர ஏனையோர் அனைவரும் அரசு உயரதிகாரிகள். கருத்தரங்கில் தாழ்த்தப்பட்ட மக்களின் பொருளாதார முன்னேற்றத்திற்காக ராணுவத்திற்கு தேவையான காலணிகளை தயாரித்துத் தருவது, காய்கறி தோட்டங்கள் அமைத்து தருவது போன்ற ஆலோசனைகள் முன்மொழியப்பட்டு நிறைவேற்றப்பட்டன. கிருஷ்ணம்மாளின் ஆலோசனைக்காக அரங்கம் காத்திருந்தது. 'இரண்டு ஆலோசனைகளும் இம்மக்களின் பொருளாதாரத்தில் முன்னேற்றத்தை கொடுக்கும் என்பதில் ஐயமில்லை. ஆனால் இவர்களின் அடிமை சங்கிலியை உடைத்தெறிந்து சுதந்திர மனிதர்களாக சுவாசிக்க அவர்களுக்கு நிலம் சொந்தமாக வேண்டும். ஆம், தாழ்த்தப்பட்ட மக்களுக்கு நிலம் சொந்தம் ஆக்கும் திட்டம் அவசியம்' என தனது ஆலோசனையை ஆணித்தரமாக எடுத்து உரைத்தார்.

சில நாட்களில் நாகை மாவட்டம், கூத்தூர் ஊழியரகத்திற்கு தாழ்த்தப்பட்டோர் நல மேம்பட்டு குழுவினர் கிருஷ்ணம்மாள் பரிந்து உரைத்த ஆலோசனையை செயல்படுத்த தேவையான தகவல்களை திரட்டி அறிக்கையாக அரசுக்கு சமர்ப்பிக்க வந்திருந்தனர். ஒரு வார காலம் கிருஷ்ணம்மாள், ஜெகந்நாதன் உடன் தங்கி தகவல்களை சேகரித்து அரசுக்கு அனுப்பினர். 'கிராமங்களில் பெயரளவில்

நிலமடந்தைக்கு...

நிலத்தை சொந்தமாக வைத்துக்கொண்டு, நகரங்களில் வசிக்கும் நில உரிமையாளர்களிடம் இருந்து நிலங்களை குறைந்த விலைக்கு வாங் கலாம்...' என குழுவினருக்கு விளக்கினார் கிருஷ்ணம்மாள்.

டெல்லியில் இருந்து அரசின் தாட்கோ திட்டத்தில், 50 சதவீத மானியத்துடன், 1000 ஏக்கர் நிலம் வாங்குவதற்கான காசோலை வந்தது. இதன் மூலம் நிலம் வாங்கப்பட்டு, 1000 குடும்பத்திற்கு பத்திரம் பதிவு செய்து வழங்கப்பட்டது. சர்வோதய இயக்கத்தில் மக்களுக்கு நிலம் வாங்கி கொடுப்பது சரியான செயலன்று என, கிருஷ்ணம்மாளுக்கு சுட்டிக்காட்டப்பட்டது. அதற்கு கிருஷ்ணம்மாள், 'உழைக்கும் மக்களுக்கு, நிலங்களை வாங்கி தருவது ஒன்றும் இயக்கத்திற்கு புதியதல்ல... பூமிதான இயக்கத்தால் நிலங்கள் தானமாகப் பெறப்பட்டு வழங்கப்பட்ட முறைதான், ஆனால் இன்று குறைந்த விலைக்கு வாங்கி தருகிறோமே தவிர வேறேதும் வித்தியாசமில்லை...' என்று பக்குவமாய் பதிலுரைத்தார். பின்னர் ,1982 – 86 வரை கிட்டத்தட்ட, 175 நில கிழார்களிடமிருந்து, 5000 ஏக்கர் நிலம் வாங்கப்பட்டு, 5000 குடும்பங்களில் விளக்கேற்றி வைத்தது லாப்டி.

கோயில் நிலங்கள் வாங்கும் போது, பல சுவையான நிகழ்வுகள் நடந்தேறின. நில உச்சவரம்பு சட்டத்தை ஏமாற்ற எழுதிய நிலங்களும், பண்டைகாலத்தில் கோவிலுக்கு தானமாக எழுதி வைத்த நிலங்களையும் ஆண்டு அனுபவித்து வந்தவர்கள், வழிப்பட்ட கடவுளுக்கே குத்தகை தர மறுத்தனர். கீழ்வேளூர் அருகில் ஒதியத்தூர் கிராமம் உள்ளது. இக்கிராமத்தில் தஞ்சையை அடுத்த உடையார் கோயிலுக்கு சொந்தமான, 57 ஏக்கர் நிலம் இருந்தது. இவற்றை மூன்று நிலக்கிழார்கள் கட்டுப் பாட்டிற்குள் வைத்திருந்தனர். கோயிலின் மடப்பள்ளிக்கு குத்தகையும் கொடுப்பதில்லை. உழைக்கும் மக்களுக்கு கூலியும் கொடுப் பதில்லை. இவர்களை எதிர்த்து கிராம மக்களை திரட்டி போராடி, கோயில் நிலங்களை உழைக்கும் மக்களுக்கே குத்தகைக்கு லாப்டி மூலம் பெற்று தரப்பட்டது.

திருவாரூரை அடுத்த புதுப்பத்தூர் கிராமத்தில் திருவாரூர் பெரிய கோயிலில் வெள்ளை பிள்ளையாருக்கு சொந்தமாக, 75 ஏக்கர் நிலமிருந்தது. இந்தப் பிள்ளையாருக்கு பாயாசம் காய்ச்சி தருவதற்காக ஒரு மன்னன் அந்த 75 ஏக்கர் நிலத்தை தானமாக எழுதிவைத்துள்ளான். பிள்ளையாருக்கு பாயாசமும் படைக்கவில்லை; பணமும் தருவதில்லை குத்தகைதாரர். நியாயம் கேட்க போனது லாப்டி. அதனால் அவசர அவசரமாக புதுப்பத்தூர் கிராமத்திலேயே ஒரு கோயிலைக்கட்டி, ஒரு பிள்ளையார் சிலையை வைத்து இதுதான் அந்த வெள்ளைப்பிள்ளையார் என கடவுளுக்கே பினாமி காட்டினார் குத்தகைதாரர். குடைச்சல் கொடுக்கும் கிருஷ்ணம்மாளை ஊரைவிட்டுத் துரத்த சதி செய்தார்.

கோயில் நிலம் ஏழை மக்களின் கைக்கு கிடைக்கும் வரை ஊரை விட்டு நகரப் போவதில்லை என்று பெண்களை திரட்டி சத்தியாகிரகம் செய்ய துவங்கினார். மக்கள் பிடியரிசி வசூலித்து கிருஷ்ணம்மாளுக்கும் போராட்டத்தில் பங்கேற்ற பெண்களுக்கும் உணவளித்தனர். இறுதியில் வெள்ளைப்பிள்ளையாரின் நிலம் ஏழை எளிய மக்களின் வசமானது.

திருவாரூர் அருகே தேவர்கண்ட நல்லூரை அடுத்து மேப்பலம் எனும் சிற்றூர் உள்ளது. அந்த கிராமத்தில் இருக்கும் நிலத்தை கடல்கடந்து இலங்கையில் இருக்கும் விஸ்வலிங்கம் வைத்தீஸ்வரர் கோயிலுக்கு எழுதி நில உச்சவரம்பில் இருந்து தப்பித்து அனுபவித்து வந்த நில உடமையாளர்களிடையே பங்காளி சண்டை மூண்டது. நிலப்பிரச்சனை உச்சநீதிமன்றம் சென்றது. நீதிமன்றமோ மாயவரம் வழக்கறிஞர் அய்யரை ரிசீவராக நியமித்து வழக்கு முடிந்து தீர்ப்பு வரும் வரை நிலத்தின் மீதான அனைத்து உரிமைகளும் கடமைகளும் அவரை சார்ந்தது என்று பரிந்துரைத்தது.

வளமான நிலத்திலிருந்து கிடைத்த சாகுபடி, மா, தொன்னந் தோப்பிலிருந்து கிடைத்த பலன்கள் கையை விட்டு போகாமல் இருப்பதற்காகவே வழக்கு நீதிமன்றதில் முடியாமல் இருப்பதற்கான அனைத்து வேலைகளையும் மேற்கொண்டார். இந்நிலங்களில் இருந்து வரும் வருமானத்தின் உண்மை கணக்கை சரிக்கட்டி சொற்ப தொகையை மட்டும் விஸ்வலிங்கம் வைதீஸ்வரருக்கு சேரும்படி நீதி மன்றத்தில் செலுத்தி, ஏகபோகமாக அனுபவித்து வந்தார் வழக்கறிஞர்.

இந்த நிலத்தை நிலமில்லா உழைப்பாளிகளுக்கு தந்தால் நீதி மன்றத்துக்கு செலுத்த வேண்டிய தொகையைச் செலுத்திவிட்டு அவர்களும் பயன் பெறுவர் என்கிற கோரிக்கையை மாயவரம் அய்யரிடம் முன்வைத்தார் கிருஷ்ணம்மாள். செவிடன் காதில் ஊதிய சங்காகவே இருந்தார். பின்னர் தண்டோரா போட்டு அறிவித்து பார்த்தார்கள். அய்யரிடம் அசைவு இல்லை. அணிதிரண்ட மக்களுடன் ஊரில் உண்ணாவிரதத்தை துவக்கினார். காரியம் கைகூடவில்லை. உண்ணாவிரத பந்தலை அய்யரின் வீட்டு வாசலுக்கே நகர்த்தினார் கிருஷ்ணம்மாள். நிலைமை தர்மசங்கடமானதும் வழக்கறிஞர் ரிசீவர் பொறுப்பிலிருந்து விலகிக் கொள்வதாக உச்சநீதிமன்றத்துக்கு ஒரு கடிதம் எழுதி கிருஷ்ணம்மாள் கையில் கொடுத்தார். அக்கடிதத்துடன் டெல்லி விரைந்து உச்சநீதிமன்றத்தில் சமர்ப்பித்து, அந்த நிலங்களின் உரிமையை உழைக்கும் மக்களுக்கு வழங்கும் ஆணையையும் பெற்று திரும்பினார். ஒரு குடும்பத்திற்கு ஒரு ஏக்கர் நிலம் என பகிர்ந்தளித்து அதில் வரும் வருமானத்தில் கோயிலுக்கு செலுத்த வேண்டிய தொகையை நான்கில் ஒரு பங்கை மக்கள் நேரடியாக நீதிமன்றத்தில் செலுத்தும் வகையில் ஏற்பாடு செய்தார்.

பத்தாண்டுகள் கழித்து ரியல் எஸ்டேட் வியாபாரிகள் இந்த நிலங்களில் பாதிக்கும் மேற்பட்டவையை விலைக்கு வாங்கி ப்ளாட் போட்டனர். விளைநிலங்கள் மனைகளானதும் உழவு வேலை இழந்தது மட்டுமில்லாமல் திடீரென்று பணம் கைக்கு வந்தது. இதுவரையில் நிலத்தில் வேலை முடித்துவிட்டு இரவில் மட்டுமே குடித்து வந்த ஆண்கள் முழுநேர குடிகாரர்களாகிவிட்டனர். ஏழை மக்களை பணத்தாசை காட்டி போராடி பெற்ற நிலத்தை நொடியில் தாரைவார்க்க செய்துவிட்டனர். வயல் வேலையை இழந்தது, கைக்கு வந்த பணமும் சாராயத்தால் காணாமல் போனதால் குடும்பம் வறுமையில் வாடியதை பெண்கள் கிருஷ்ணம்மாளை சந்தித்து புலம்பினர். கலங்கிய கண்களை கண்டதுமே கலங்கும் நெஞ்சம் உடைய இவர் கோயில் நிலங்களை ரியல் எஸ்டேட்காரர்கள் விலைக்கு வாங்கும் உரிமை இல்லை என்ற வழக்கை உச்சநீதிமன்றத்துக்கு எடுத்து சென்றார். பிரபல வழக்கறிஞர் உமாநாத் வாதாடி நிலத்தை மீட்டுக் கொடுத்தார். கிருஷ்ணம்மாளின் தொடர் முயற்சியால் கைவிட்டு போன நிலங்கள் மீண்டும் உழைக்கும் மக்களுக்கே சொந்தமானது.

பெண்கள் பெயரில் பட்டா

சீலத்தநல்லூர் கிராமத்தில் முத்துப்பேட்டை செட்டியாருக்கு 82 ஏக்கர் நிலம் சொந்தமாக இருந்தது. அவருக்கும் விவசாயத் தொழிலாளர்களுக்கும் ஒத்துவராததால் நிலத்தை தரிசாக போட்டு விட்டார். சிறு பகுதியில் சாகுபடி செய்தாலும் அதில் உள்ளூர் மக்களை வேலைக்கு அமர்த்தாமல் இயந்திரங்கள் கொண்டு வேலையை செய்து முடித்து கொள்வார். இதனால் உள்ளூர் மக்களின் ஆதரவை இழந்ததோடு அல்லாமல் உறவுக்காரர்களின் பகைமையால் நிலம் சம்பந்தமான வழக்கு நீதிமன்றத்திற்கு சென்றது. முத்துப்பேட்டை செட்டியாரை நேரில் சந்தித்து, ‘அய்யா நீங்கள் பயன்படுத்தாத இந்த 82 ஏக்கர் நிலங்களையும் 82 குடும்பங்களுக்கு குறைந்த விலைக்கு கொடுத்துவிடுங்கள்,,,’ என்று கேட்டுப்பார்த்தார். ஆனால் நிலத்தை தர மறுத்துவிட்டார்.

சீலத்தநல்லூர் கிராமத்திற்கு செல்ல, முத்துப்பேட்டை வரை பேருந்தில் சென்று பின்னர் மூன்று கிலோமீட்டர் சுடுமணற்பரப்பில் நடந்து தான் செல்ல வேண்டும். பேருந்தும் நினைத்த நேரத்தில் கிடையாது; குறிப்பிட்ட நேர இடைவெளியில் தான் வரும். கிருஷ்ணம்மாவும், லீலாவும் உச்சி வேளையில் காலை ஊன்ற முடியாத அளவுக்கு பொடி சுடும் மணற்பாதையில் நடையாய் நடந்து சென்ற நாட்கள் மாதங்கள் ஆனது. அன்றறைய பிரதமர் இந்திரா காந்தியின் படுகொலையையெட்டி அரசு விடுமுறை அறிவித்து அஞ்சலிக்காக மூன்று நாட்கள் நாடெங்கும் கடைகள் அடைக்கப் பட்டிருந்தன.

முத்துப்பேட்டையில் உணவு விடுதிகளும் அடைக்கப்பட்டிருந்ததால் அன்று உணவு அருந்த முடியாமல் உச்சிவெயிலில் இரு பெண்களும் நடந்து களைப்போடு வருவதை செட்டியாரின் மனைவி கவனித்து விட்டார். வீட்டின் அருகில் வந்ததும் கணவரிடம், 'அந்த நிலத்தால் நமக்கு நிம்மதியும் இல்லை; ஊர்மக்களின் விரோதத்தையும் சம்பாதித்து வைத்துள்ளோம், உறவினர் உட்பட அனைவருக்கும் எதிரியாகவே படுகிறோம். அதனால் நமக்குப் பயன்படாத அந்த நிலத்தை அந்த கிருஷ்ணம்மாளுக்கே கொடுத்துவிடுங்கள்' என, நயமாக எடுத்து உரைத்தார். கரைப்பார் கரைத்தால் கல்லும் கரையும் என்பது போல செட்டியார் நிலத்தை விலைக்கு தர சம்மதித்தார். தங்கள் பெயரில் இருக்கும் பட்டாவை கள்ளுக்கும் காசுக்கும் கைமாற்றி கொடுத்த ஆண்களின் பெயரில் இனி எழுத வேண்டாம் என தீர்மானித்தார். குடும்பத்தை தாங்கும் பெண்களின் பெயரில் தான் இனி பத்திரப்பதிவு செய்வது என்று முடிவு செய்தார் கிருஷ்ணம்மாள். இந்த மாற்று முடிவுக்கு வரக்காரணம் வலிவலம் மற்றும் மேப்பலம் கிராமத்து மக்களால் கற்ற பாடம் தான். 1984 பின், லாப்டி மூலம் அனைத்து நிலங்களும் பெண்கள் பெயரிலேயே பதியப்பட்டன.

தஞ்சை தரணியில் செங்கொடியின் தொடர் செயற்பாடுகளால், விவ சாயத் தொழிலாளிகள் கூலியை கேட்டு பெருமளவிற்கு விழிப்படைந்து இருந்தனர்.இதனால் பல நிலயுடமையாளர்கள் நிலங்களை தரிசாக போட்டு ஏழை எளிய மக்களை பட்டினியில் உழலச்செய்தனர். இவ்வாறு தரிசாக இருந்த நிலங்களின் விவரங்களை திரட்டி லாப்டி மூலம் வாங்க முயற்சித்தார். இதுபோல் அய்யடிமங்களம் நாயுடுவுக்கு சொந்தமான நிலங்கள் தரிசாக போடப்பட்டிருந்தன. அவற்றை விலைக்கு கொடுப்பதில் பிரச்சனையே இல்லை. ஆனால் அவை தாழ்த் தப்பட்ட மக்களுக்கு சொந்தமாவதில் விருப்பமில்லை. அதனால் தரிசாக இருப்பதே மேல் என மறுத்துவிட்டார். அசராமல் தொடர்ந்து நடையாய் நடந்து அந்த நிலங்களையும் லாப்டி மூலம் வாங்கினார் கிருஷ்ணம்மாள். இதேபோல் குப்புசாமி பிள்ளையின், 129 ஏக்கர் நிலம் வாங்கி நிலமில்லாத ஏழைகளுக்கு பகிர்ந்தளிக்கப்பட்டது.

கரும்பு பண்ணைக்கழகம் (1988 – 1990)

வடபாதி மங்கலம் தியாகராஜ முதலியார் தனக்கு சொந்தமான, 4050 ஏக்கர் நிலத்திலும், கோவில் நிலங்களான, 1950 ஏக்கர் நிலங்களையும் இணைத்து மொத்தம் 6,000 ஏக்கர் நிலத்திலும் நில உச்ச வரம்பு சட்ட ஓட்டைகளை பயன்படுத்தி, பணப்பயிரான கரும்பை பயிரிட்டார். விளைச்சலை அனுபவிக்க தனியார் சர்க்கரை ஆலையை தொடங்கி நிருவகித்தார். கோயில் நிலங்களை, 600க்கும் மேற்பட்ட

சிறு விவசாயிகள் தான் சாகுபடி செய்து வந்தனர். அவர்களிடம், 25 வருட குத்தகைக்கு எழுதி வாங்கிவிட்டார். ஒப்பந்தம் முடிவுற்றும் நிலங்களை திருப்பித் தர மறுத்தும் வந்தார். 20 ஆண்டுகள் தொடர் போராட்டங்களை நடத்தி செங்கொடி இயக்கத்தினர் இந்த 1950 ஏக்கர் நிலத்தை மீட்டனர். இந்நிலங்கள் மாயனூர், ராஜங்கட்டளை ஆகிய கிராமங்களில் இருந்தன. ராஜங்கட்டளை விளைநிலங்கள் மட்டும் விவசாயிகளுக்கு பிரித்துக் கொடுக்கப்பட்டது.

அன்றைய முதல்வர் கருணாநிதி, நில உச்சவரம்பு சட்டத்தில் இருந்த ஓட்டையை அடைத்து தியாகராஜரிடம் இருந்து 4000 ஏக்கர் நிலத்தையும், தனியார் சர்க்கரை ஆலையையும் அரசு ஏற்று நடத்தும் என்ற உத்தரவு பிறப்பித்தார். இவற்றை நிர்வகிக்க அரசு கரும்பு பண்ணைக்கழகம் ஒன்றை உருவாக்கியது. இக்கழகத்துடன் மாயனூரில் இருந்த நிலங்களை இணைத்துக்கொள்வதாக முடிவு செய்யப்பட்டது. ஆனால் கழகம் திறம்பட செயல்பட இயலாமல் நிலங்கள் தரிசாக விடப்பட்டன. அதில் உழைத்த விவசாயக்கூலிகள் வேலை இன்றி மிகுந்த சிரமப்பட்டனர்.

கீழதஞ்சையில், 1988–89ல் கிராம சுயராஜியத்திற்கான நடை பயணத்தை தொடர்ந்து கொண்டிருந்த ஜெகந்நாதன், கிருஷ்ணம்மாள் தம்பதியினரை சூழ்ந்து கொண்டு வடபாதிமங்கலம் கிராம மக்கள், லாப்டி மூலம் தங்கள் வாழ்க்கைக்கும் வெளிச்சம் பாய்ச்ச கேட்டுக் கொண்டனர். தாழ்த்தப்பட்ட ஏழை மக்களுக்கு தரிசாக உள்ள கரும்பு பண்ணை நிலங்களை அரசே பிரித்துக் கொடுக்க முன்வர வேண்டும் என்ற கோரிக்கையை முன் வைத்து, மக்களை திரட்டி மாவட்ட ஆட்சியர் அலுவலகம் முன் உண்ணாவிரத போராட்டத்தை லாப்டி துவக்கியது.

அடுத்த போராட்டமாக மன்னார்குடி கோயில் வாசலில் இருந்து காலை 5:00 மணிக்கு கைகளில் விளக்கு ஏந்தி வாயை கருப்பு துணியால் கட்டி ஊர்வலமாக பெண்கள் கிருஷ்ணம்மாள் பின் அணிவகுத்தனர். மாவட்ட ஆட்சியரிடம் கோரிக்கை மனு கொடுத்தனர்.

பெண்களின் இந்த மௌன போராட்டத்தின் அலை ஓயும் முன்னே, சோளாச்சி கிராமத்தில் சாகும்வரை உண்ணாவிரதத்தை தொடங்கினார் ஜெகந்நாதன். 80 வயது முதியவர் மக்களுக்காக தன்னை வருத்தி கொள்கிறார் என்கிற செய்தி பத்திரிக்கைகளிலும் வானொலியிலும் பரப் பப்பட்டன. இச்செய்தி சட்டமன்றத்திலும் விவாதப் பொருளானது. இதன்பின் அரசின் கழகத்தை கலைத்து விட்டு அந்த கரும்பு பண்ணை நிலங்களை, அரசே நிலமில்லா உழைக்கும் மக்களுக்கு பகிர்ந்தளிக்கும் என்று முதல்வர் கருணாநிதி அறிவித்தார்.

சோளாச்சி கிராமத்திற்கு தஞ்சை மாவட்ட ஆட்சியர் ராமசாமி வந்து, முதல்வரின் அறிவிப்பை தெரிவித்து உண்ணாவிரதத்தை முடித்து வைத்தார். உழைக்கும் ஏழை மக்களில் நிலமில்லாதவர்களின் பட்டியலை களத்தில் இருப்பவர்களை திரட்டித்தர கேட்டது. லாப்டி சார்பாகவும் பட்டியல் ஒன்று அரசிடம் தரப்பட்டது.

முதல்வர் கருணாநிதியின் கையாலேயே, 1990 இல் மேற்கண்ட நிலங்கள் 6000 குடும்பங்களுக்கு பிரித்து கொடுக்கப்பட்டது. வடபாதி மங்கலம் வட்டாரம் முழுவதும் நிலப்பட்டா வழங்கும் விழா கோலா கலமாக அன்றைய திமுக அரசால் நடத்தப்பட்டது. லாப்டியின் உதவியை நாடிய அனைத்து உழைக்கும் மக்களுக்கும் நிலம் கிடைத்தது. அவர்களின் வாழ்வில் வசந்தம் வீசத் தொடங்கியது.

இறால் பண்ணை எதிர்ப்பு இயக்கம் (1993 – 2001)

கிராமசுயராஜிய நடைபயணம், 1993 வாக்கில் சீர்காழி தாலுகா பெருந்தோட்டம் கிராமத்தை அடைந்தது. தலைமை ஏற்று நடந்து வந்த ஜெகந்நாதனை சூழ்ந்த மக்கள், 'அய்யா பரம்பரை பரம்பரையாக நாங்கள் பாடுபட்ட நிலம் இறால் பண்ணைகளால் பாழ்பட்டுப் போய்விட்டது. குடிநீரும் உப்பு ஆகிவிட்டது. விவசாயம் அல்லாது வேறு தொழில் அறியாத நாங்கள் வேலை இல்லாமல் விக்கித்து நிற்கிறோம்...' என்று முறையிட்டனர்.

தமிழகத்தின் கிழக்கு கடற்கரையை குறிவைத்து, 1990களில் துவங்கிய இறால் பண்ணை திட்டத்தால் நாகை கடற்கரையை ஒட்டிய அனைத்து கிராமங்களிலும் இதே நிலைமைதான். தாராளமய பொருளாதாரக் கொள்கையால் உலக வர்த்தகத்துக்கு இந்தியச் சாளரம் திறந்துவிடப்பட்டதும், இந்திய நிலப்பரப்பில் பல பன்னாட்டு நிறுவனங்கள் படை எடுக்கத் துவங்கின. உலக வங்கியின் கடன் பெற்று பரந்து விரிந்து கிடந்த நாகை கடற்கரை பகுதியை குறி வைத்த பன்னாட்டு நிறுவனங்களின் கொழுத்த அடையாளங்களாக ஆங்காங்கே குட்டைகள் வெட்டப்பட்டு கோரமாக காட்சியளித்தன. இதற்காக விவசாய நிலங்களை, குறைந்த விலைக்கு வாங்கி மக்கள் வாழ்வில்

மண்போட்டனர். தோண்டப்பட்ட குட்டைகளில் கடல் நீரும் நன்னீரும் கலந்து அதில் ரசாயன உப்புகள் இட்டு செயற்கைமுறையில் இறால் உற்பத்தி செய்யப்பட்டு ஏற்றுமதி செவ்வனே நடைபெற்று கொண்டிருந்தது.

குறிப்பிட்ட காலம்வரைதான் (5 வருடங்கள்) ஒரு குட்டையிலிருந்து இறாலை உற்பத்தி செய்யமுடியும். அதன் பின் அந்த ரசாயன உப்பு கழிவுகள் கடலில் கலக்க முறையான வழிவகை செய்யப்படாமல் அப்படியே விட்டுவிட்டு அடுத்த குட்டைக்கு தாவிவிடும். இவ்வாறு விடப்படும் குட்டையையோ நிலத்தையோ எதற்கும் பயன்படுத்த முடியாது. தாய்லாந்தின் கிழக்கு மற்றும் மேற்குக் கடற்கரையை அழித்த இறால்பண்ணை நிறுவனங்கள் தான் இந்தியாவின் வங்ககடற்கரையில் ராமேஸ்வரம் தொடங்கி விசாகப்பட்டினம் வரை கழுகுப்பார்வை விரித்து கால் ஊன்றி நின்றது.

உலக உணவு மற்றும் வேளாண் அமைப்பின் (FAO) அறிவுறுத்தலின் படி வைட்டமின் செறிவு உள்ள உணவை வளர்ந்து வரும் நாட்டில் உள்ள ஏழை எளிய மக்களுக்கு அளிப்பதற்காகவே இறால் பண்ணைகள் தொடங்கப்பட்டதாக முன் மொழியப்பட்டது. ஆனால் இறால்கள் பெரும் பணக்காரர்களுக்கும், ஜப்பான், ஐரோப்பா, மற்றும் அமெரிக்கா போன்ற நாட்டினரின் உணவு மேசைகளைத் தான் அலங்கரித்தன. இவற்றிற்காக அப்பாவி மக்களின் நிலங்கள் அபகரிக்கப்பட்டு பாழ்படுத் தப்பட்டன.

இறால் பண்ணைகளை மூட சொல்லி நாகையில் மாபெரும் பேரணி ஒன்று நடத்தப்பட்டது. அதனை தொடர்ந்து சென்னை கடற்கரையில் மிகப் பிரமாண்டமான பொதுக்கூட்டமும் கூட்டப்பட்டு இறால் பண்ணைகளால் மக்கள் படும் அவல நிலையை பொதுமக்கள் மத்தியில் எடுத்துரைத்து முழங்கினர் ஜெகந்நாதன். பாதிக்கப்பட்ட பகுதிகளில் இருந்து, கிருஷ்ணம்மாள் பெண்களை கூடுதலாக அணிதிரட்டியது பொதுகூட்டத்திற்கு வலுசேர்த்தது. பின்னர் வானகிரி, மேலையூர், இறைஞ்சிமேடு, தர்மக்குளம், காட்டூர், பெருந்தோட்டம், பூம்புகார் ஆகிய இடங்களில் இறால் பண்ணைகளுக்கு எதிரிலேயே உண்ணாவிரதங்களும் சத்யாகிரக போராட்டங்களும் பெண்களின்

பங்கேற்புடன் நடத்தப்பட்டன. முதல் வெற்றியாக காட்டூர் மகேந்திர பள்ளியில் புதிய இறால் பண்ணை அமைப்பதை தடுத்து நிறுத்த முடிந்தது.

அடுத்தடுத்து வரிசையாக தாண்டவன்குப்பம், மாதவி பட்டினம் ஆகிய இடங்களில் பெண்கள் பண்ணைகளுக்காக குட்டைகளை தோண்ட விடாமல் தடுத்தனர். நாகையில் சர்வோதைய ஊழியர்கள் போராட்டத்தை கையில் எடுப்பதற்கு முன்னர் வழக்கறிஞர் நாகராஜன் இறால் பண்ணை எதிர்ப்பை துவங்கி மக்களை ஒருங்கிணைத்து கொண்டிருந்ததும் பேருதவியாக அமைந்தது. உச்சநீதிமன்றத்தில் பொதுநல வழக்கு ஒன்றை ஜெகந்நாதன் தொடுப்பதற்கான தகவல் களையும் இவர் திரட்டிக் கொடுத்தார். பின்னாளில் நீதிபதியாக உயர்ந்து ஓய்வு பெற்றார் நாகராஜன். தென்னாம்பட்டினம், பெருந்தோட்டம் இறால் பண்ணைகளுக்கு முன்னால் போராட்டத்தில் பங்கேற்ற பெண்கள் மீது காவல்துறை கடுமையான அடக்குமுறையை கட்டவிழ்த்துவிட்டது. கைது செய்யப்பட்டவர்கள் ரத்தம் சொட்டச் சொட்ட இழுத்துச் செல்லப்பட்டனர். ஊழியர்கள் ஏ.ஆர்.சந்திரன், நெல்லை பொன்னையா, பக்கிரி ஆகியோர் கண்மூடித்தனமாக தாக்கப் பட்டனர். தென்னாம்பட்டினத்தில் குடிசைகளுக்கு தீவைக்கப் பட்டது. சீர்காழி தாலுக்கா எம்.ஏ.தங்கையன் உட்பட, 36 முன்னணி ஊழியர் கள் மீது கிரிமினல் பொய்வழக்குகள் போட்டு திருச்சி சிறையில் அடைத்தனர். இந்த அடக்கு முறைகளுக்கு எதிராக, இறால் பண்ணை களை மூடும் வரையும் உண்ணாவிரதத்தை தொடர்வதாக அறிவித்தார் ஜெகந்நாதன். 90 வயதை நெருங்கிக் கொண்டிருந்த தொண்டு பழத்தின் உடல்நிலை உண்ணாவிரதத்தால் பாதிக்கப்பட்டது. எனவே அரசு அவரை அவசர அவசரமாக கைது செய்து மருத்துவமனைக்கு தூக்கிச்சென்றது. வைரம் பாய்ந்த மனம் கொண்டவராதால் மருத்துவ மனையிலும் உண்ணா விரதத்தை கைவிடவில்லை. இதனால் மாநில சர்வோதய இயக்கத்தின் முன்னணி தலைவர்கள் ஜெகந்நாதனை உண்ணாவிரதத்தை கைவிடு மாறு வேண்டினர்.

‘மாவட்ட ஆட்சியர் மீதும், இறால் பண்ணை முதலாளிகள் மீதும் ஒரு பொதுநல வழக்கு ஒன்றை உச்சநீதிமன்றத்தில் தொடுக்கலாம். அதன் ஏற்பாடுகளை மதுரை வழக்கறிஞர் மாரியப்பன் கவனித்துக் கொள்வார்’ என்ற உறுதி அளித்த பின் தான் உண்ணாவிரதம் திரும்பப் பெறப் பட்டது. ஜெகந்நாதன் பெயரால் தாக்கல் செய்யப்பட்ட பொதுநல வழக்கு உச்சநீதிமன்றத்தில் விவாதத்திற்கு வந்ததும் கிராமசுயராஜ்யம் சார்பாக வழக்கறிஞர் எம்.சி.மேத்தா வாதிட அரசு தரப்பில் வழக்கறிஞர் கபில்சிபில் வாதாடினர். இவ்விரு வழக்கறிஞர்களையும் நாகை மாவட் டத்திற்கு நேரில் சென்று இறால் பண்ணைகளை பார்வையிட்டு

உண்மை தகவல்களை அறிந்து அறிக்கை தாக்கல் செய்யக்கோரியது. அவ்வறிகையின் அடிப்படையில் இடைக்கால தீர்ப்பை வழங்கியது உச்சநீதிமன்றம்.

அத்தீர்ப்பில், 'விளைநிலங்களில் இறால் பண்ணைகள் அமைக்க கூடாது; ஆழ்குழாய் கிணறுகள் அமைத்து நிலத்தடி நீரை உறிஞ்சக் கூடாது; விருப்பம்போல் பண்ணைகளை விரிவுபடுத்தக்கூடாது; கடற் கரையை ஒழுங்குபடுத்துவதற்காக ஒதுக்கப்பட்ட இடத்தில் (Costal Regulation Zone) இருந்து, 500 மீட்டருக்கு அப்பால்தான் இறால் பண்ணை கள் அமைக்க வேண்டும்' என்று பல விதிகளை விதித்தது.

இவை இறால் பண்ணை முதலாளிகளை கொதிப்படையச் செய்தது. தீர்ப்பை செயல்படுத்த எந்த அதிகாரிகளும் முதலாளிகளும் முன் வரவில்லை. எனவே நீதிமன்ற தீர்ப்பு அவமதிப்பு வழக்கும் தொடுத்தார் ஜெகந்நாதன். அவர் மீது 13 பொய்வழக்குகளை சதிகாரக்கும்பல் போட்டது. அவற்றில், 10 வழக்குகள் பொய்யானவை என்று அப்போதே நீதிமன்றத்தால் தள்ளுபடி செய்யப்பட்டன. ஏனையவை பின்னாளில் தீர்க்கப்பட்டன.

நாகை மாவட்டத்திற்கு வழங்கிய இடைக்கால தீர்ப்புக்கு பின் இந்தியாவில் இறால் பண்ணைகள் அமைக்கப்பட்டிருந்த எட்டு மாநிலங்களிலும் சுற்றுச்சூழல் நிபுணர்களை அனுப்பி ஆய்வு மேற் கொண்டு விரிவான அறிக்கையை தர பணித்தது உச்சநீதிமன்றம். இதனடிப்படையில், 1996 டிசம்பரில் இந்தியாவிலிருந்து இறால் பண்ணைகள் முற்றிலுமாக ஒழிக்கப்பட வேண்டும் என்று, பன்னாட்டு நிறுவனங்களின் சதிராட்டத்திற்கு வேட்டுவைக்கும் வரலாற்றுசிறப்பு மிக்க தீர்ப்பை வழங்கியது.

பன்னாட்டு முதலாளிகளின் முகங்களாக செயல்பட்ட உள்நாட்டு ஊழல்வாதிகள், உச்சநீதிமன்ற தீர்ப்பை ரத்து செய்யும் இறால் பண்ணை மசோதா ஒன்றை தயாரித்து அவசர அவசரமாக ராஜ்யசபாவில் முன்வைத்து கேள்விக்கு இடம் கொடாமல் நிறைவேற்றியதாக அறிவிக்கப்பட்டது. இந்த கருப்பு மசோதாவை, 1997 ஏப்ரல்–மே மாதம் நாடாளுமன்றத்தில் நிறைவேற்றிக்கொள்ள காத்திருந்தனர். இந்த சூழ்ச்சியை அறிந்த ஜெகந்நாதன், டெல்லியில் காந்தி சமாதி முன் உண்ணாவிரதம் துவங்கினார். மூன்றாம் நாள் மத்திய விவசாய அமைச்சர் மிஸ்ராவும், சுற்றுச்சூழல் அமைச்சர் மேனகாகாந்தியும், உண்ணாவிரத அரங்கிற்கு வந்து, 'அந்த கருப்பு மசோதா, பாராளுமன்ற விவாதத்திற்கே வராது' என்ற உறுதிமொழியை அளித்த பின்பு தான் உண்ணாவிரத்தை முடித்து தமிழகம் திரும்பினார்.

சென்னையில் நடைபெற்ற தேசிய கருத்தரங்கில் இறால் பண்ணை களின் அட்டூழியத்தை நாடெங்கும் பறைசாற்றும் விதமாக சுந்தர்லால் பகுகுணா, வந்தனா சிவா, ஆண்டன் கோமஸ், கிருஷ்ணம்மாள்,

ஜெகந்நாதன் ஆகியோர் அனல் தெறிக்க பேசினர். தணலை சகிக்க முடியாத பெரும் முதலாளிகள் தீர்ப்பை மறுபரிசீலனை செய்ய வேண்டும் என உச்ச நீதிமன்றத்தை நாடினர்.

மனு நிலுவையில் இருக்கும்போதே அவசர அவசரமாக உற்பத்தியின் பெருக்கத்தை துரிதப்படுத்தும் வேலையில் இறங்கினர். இதனால் பண்ணைகளையும் ஆதரிக்கும் அரசு அதிகாரத்தையும் எதிர்த்து அக்கரைப்பேட்டை மீனவ கிராமத்தில் சாகும்வரை உண்ணாவிரதத்தை தொடங்கினார் ஜெகந்நாதன். 56 நாட்களாக தொடர்ந்து கொண்டிருந்த உண்ணாவிரதத்தால் உடல் நிலைமோசமாக பாதிக்கப்பட்டது. அசம்பாவித்தை தவிர்க்க அரசு மாவட்ட ஆட்சியர் மூலம், 'இறால் பண்ணைகளுக்கு உச்சநீதிமன்றத்தால் விதிக்கப்பட்ட கட்டுப்பாடுகள் கடைபிடிக்கப்படும்...' என்று தூது அனுப்பி உண்ணாவிரதத்தை கைவிட கோரியது. அன்றைய மாநில அரசு அரசின் மெத்தனம், மாவட்ட ஆட்சியரகத்தின் தாமதம் போன்றவை மக்களை கொதித்தெழ செய்தது. பெண்கள் கிருஷ்ணம்மாள் தலைமையில் அணி திரண்டு முத்துப்பேட்டையில் சட்டவிரோத இறால் பண்ணைகளை முன்னின்று மூடினர். ஆற்காட்டுதுறை, தோப்புத்துறை இறால் பண்ணைகளை அழித்தொழித்தனர். இதேபோல் விழுந்தமாவடி, பொறையார், ஆக்கூர், மற்றும் கொளத்தூர் மக்களும் பண்ணைகளை அடித்து நொறுக்கினர். இவ்வாறு மக்களே எதிர்ப்பு பணியை கையில் எடுத்து கனன்று கொண்டிருந்தனர்.

பண்ணைகளால் பாழ்படுத்தி விடப்பட்ட நிலங்களை பண்படுத்தி நிலமில்லா ஏழை எளிய மக்களுக்கு பகிர்ந்தளிக்க வேண்டும் என, ஜெகந்நதான் அடுத்த கட்ட உண்ணாவிரதப் போராட்டத்தை, 1997 ஆகஸ்ட் 9 இல் அல்லிமேடு கிராமத்தில் துவங்கத் திட்டமிட்டார்.

தமிழக அரசின் அன்றைய உச்சபட்ச ஆட்சி அதிகாரத்தில் இருந்தவர்கள் கால்கள் பாவிய நிலங்கள் தான் இந்த அல்லிமேடு கிராமத்தில் இருந்தன. இதனால் காவல்துறையின் சதிராட்டம் தொடங்கியது. அது கிருஷ்ணம்மாள், ஜெகந்நாதன் இருவரையும் வலைவீசி தேடியது. அப்போதுஅடைக்கலம் அளித்து பாதுகாத்தனர் செங்கொடி இயக்கத்தினர். திட்டமிட்டபடி ஆகஸ்ட் 9 இல் அல்லிமேடு கிராமத்தில் சர்வோதயா தம்பதியர் தலைமையில் மக்கள் திரண்டனர். அனைவரையும் கைது செய்து கடலூர் சிறையில் அடைத்து மறுநாள் விடுதலை செய்தது காவல் துறை.

சர்வோதய சகோதரி ஜோதி தலைமையில், 100 பெண்களை திரட்டி மறுநாளும் அல்லிமேட்டில் போராட்டம் நடத்தப்பட்டது. கீழைவூரில்

கிருஷ்ணம்மாள், சுந்தர்லால் பகுகுணா, ஜெகந்நாதன்

ஆறுமுகம் தலைமையில் விவசாயிகள் திரண்டனர். வானகிரி, காட்டூரில் வெள்ளையத்தேவன் தலைமையிலும், மருதபள்ளியில் மணலி நேத்தாஜி தலைமையிலும், லாப்டியின் உறுப்பினர்கள் தனுஸ்கோடி தலைமையிலும் தொடர் போராட்டங்கள் நடந்து கொண்டே இருந்தன. காவல்துறையின் கைது எனும் கண்ணாம்பூச்சி ஆட்டமும் தொடர்ந்து கொண்டிருந்தது.

பலமான அடக்குமுறைகளையும் தடைகளையும் தாண்டி ஆகஸ்ட் இறுதியில், சென்னை கடற்கரையில் மாபெரும் எழுச்சி பேரணியை நடத்தி 'பன்னாட்டுக் கம்பெனிகளே வெளியேறு' எனும் முழக்கத் துடன் முன்னேறினார் ஜெகந்நாதன். டிசம்பர் இறுதியில் நாகையில் கிருஷ்ணம்மாள் தலைமையில் பெண்கள் மௌன போராட்டம் நடத்தி ஆட்சியர் அலுவலகம் சென்று மாவட்ட ஆட்சியரிடம் மனு சமர்பித்தனர்.

பத்தாண்டு காலமாக நாகை மாவட்டம் இறால் பண்ணை எதிர்பால் போராட்ட களமாக மாறிருந்தது. எத்தனை போராட்டங்களும், தீர்ப்புகளும் வந்தாலும் அன்றைய அரசின் அதிகார செல்வாக்கின் துணை இருந்ததால் முதலாளிகள் உல்லாசமாக உற்பத்தியில் திளைத்துக் கொண்டே இருந்தனர்.

இதையடுத்து, 2001 அக்டோபர் இறுதியில் உண்ணாவிரதத்தை ஜெகந்நாதன் தொடங்கினார். இம்முறை மாநில அரசு திடமான

முடிவை எடுக்கும் வரை கைவிடப்போவதில்லை என அறிவித்தார். வயோதிகத்தால் உடல் வலிமை குறைய தொடங்கியாதால் அரசுக்கு அவப்பெயர் ஏற்படும் என அஞ்சிய மாநில அரசதிகாரம் மாவட்ட ஆட்சியர் மூலம் எழுத்துப்பூர்வ வாக்குறுதியளித்து உண்ணாவிரதத்தை முடித்து வைத்தது.

தொடர் இயக்கங்களால் 50 ஆண்டுகளில் நிலப்பிரபுத்துவத்தை நிலைகுலைய செய்த இயக்கத்தினரால், பணம் கொழுத்த பெரு முதலாளிகளை சிறிதளவே அசைக்க முடிந்தது. இயக்கத்தால் செய்ய இயலாத காரியத்தை இயற்கை சீற்றம் கொண்டு இறால் பண்ணை களையும் சேர்த்து சுருட்டியது. 2004 டிசம்பரில் சுனாமி வந்து நாகை மாவட்டத்தை தலைகீழாக புரட்டிப் போட்டு மீளா துயரில் ஆழ்த்தியது.

மண்குடிசை கல் வீடானது (2003 முதல்)

நிலமீட்பு, இறால் பண்ணை எதிர்ப்பு என போராட்ட களங்கள் மாறி மாறி அமைந்ததனால், 1968 ல் நாகை கூத்தூரில் ஊழியரகம் துவங்கி, 35 ஆண்டுகள் உருண்டோடிவிட்டன. ஆதிக்க கும்பலால் எப்போதும் எளிதில் தீப் பற்றக்கூடியவையாக ஏழை எளிய தாழ்த்தப்பட்டவர்களின் கூரையே தளங்களாயின. எரிதழலில் பொசுங்கும் உடமைகளையும் உடல்களையும் பார்த்து ரசித்து குரூர பசியைத் தணித்துக் கொள்வர் ஆதிக்க சாதியினர்.

மழை வெயிலில் குந்தும் குடிசையும் இழந்து குற்றுயிரும் குலை உயிருமாய் வாடும் மக்கள் தெருவில் நிராதரவாக நிற்பதை, 35 ஆண்டு கால பயணத்தில் கண்டு கலங்கிய இத்தம்பதியினர் கூரை குடிசைகள் இல்லாத கிராமங்களை அமைக்கும் திட்டத்தை செயல்படுத்த முன் வந்தனர். கால ஓட்டத்தில் அவ்வப்போது எரிந்து சாம்பலான குடிசை களை மாற்றி ஓட்டு வீடுகளை கட்டித் தந்துள்ளனர்.

சமீபத்தில் தென்னாம்பட்டினத்தில் தீயால் பொசுக்கப்பட்ட குடிசை கள் அனைத்தையும் மாற்றி நிரந்தர வீடு கட்டி முடிக்கும் வரையில் அங்கேயே தங்கி, கிருஷ்ணம்மாள் களப்பணி ஆற்றினார்.

கூரை குடிசைகளை தவிர காரை வீடுகள் கூட இல்லாத குக்கிராம மான ராமாபுரம், சிக்கல் கிராமத்திற்கு அருகில் அமைந்திருந்தது. திட்டத்தின் முதல் தளமாக வரித்து ராமபுரம் மக்களை திரட்டிய கிருஷ்ணம்மாள், 'உங்கள் கனவு வீடுகள் நனவாவது சாத்தியமே... அனைவரும் ஒன்றிணைந்து செயல்பட்டால் விரைவில் குடிசைகள் கல்வீடுகளாகும். முதல் இலக்காக, 30 நாட்களில், 30 வீடுகளுக்கான அடித்தளமிட்டு பின் அதன் மீது சுவர் எழுப்பி ஓடு வேய்ந்தால் வீடு தயாராகிவிடும். இதற்கு உங்களின் உடல் உழைப்புடன் அடித்தளம்

அமைப்பதற்கு தேவைப்படும் ரூபாய் 5000 மட்டும் தந்தால் ஒவ்வொரு வருக்கும், 352 சதுர அடியில் வீட்டினை கட்டலாம். சுவர் எழுப்பவும் ஓடுவேய்வதற்கும் லாப்டி உதவும்' என, மகிழ்ச்சியோடு பகிர்ந்தார்.

வீடு கட்டித்தர, லாப்டி மூலம் ஒவ்வொரு வீட்டிற்கும் ரூபாய் 25000 எவ்வாறு ஏற்பாடு செய்வது யாரை, எப்படி அணுகுவது என்பதற்கு ஜெகந்நாதன் ஒரு ஆலோசனையை முன்வைத்தார். காரைக்கால் அருகில் அமைந்துள்ள இந்திய எண்ணெய் மற்றும் எரிவாயுக் கழக சமூக செயல்பாட்டிற்கான தொகையை (CSR Fund) இந்த வீடுகள் கட்டித்தரும் திட்டத்திற்காக கேட்டுப் பெறுவது என்ற ஆலோசனையை செயல்படுத்த கிருஷ்ணம்மாள் நாகை மாவட்ட ஆட்சியர் சு தீப் ஜெயினை சந்தித்தார்.

திட்ட வரைவுகளை பார்வையிட்ட ஆட்சியர், 'இது மிகச் சிறந்த மற்றும் அவசியமான பணி இதனை நிறைவேற்ற மாவட்டம் சார்பில் என்ன உதவிகளை செய்ய இயலும் என்பதற்கு நான் பொறுப்பு. இந்திய எண்ணெய் மற்றும் எரிவாயுக் கழகத்தின் மேலாளரை சந்திக்கும் நேர்கானலுக்கும் ஏற்பாடு செய்கிறேன்...' என்றார்.

ஓ.என்.ஜி.சி. நிறுவன மேலாளர் ஏ.கே.மண்டல், கிருஷ்ணம்மாளின் திட்டத்திற்கு பெங்களூரில் இருக்கும் தலைவரிடமிருந்து ஒப்புதல் வாங்கி தருவது தனது பொறுப்பு, என்று நம்பிக்கையூட்டினார். திட்ட வரைவை, பெங்களூருக்கு எடுத்துச் சென்று குக்கிராமத்தில்

கூரைகள் அற்ற நிலை மாற வீட்டிற்கு 15000 ரூபாய் வீதம், 4.5 லட்சம் ரூபாய் வழங்க அனுமதி பெற்று காரைக்கால் வந்தார். காலத்தால் உதவிய உள்ளத்திற்கு கைகூப்பி நன்றியை தெரிவித்து காசோலையை பெற்றுவந்தார் கிருஷ்ணம்மாள்.

அடித்தளம் அமைக்கும் பணியில் இறங்கியபோதுதான், ஐந்து வீடு களுக்கு அடிமனை பட்டா இல்லை என்ற விவரம் தெரிய வந்தது. அவற்றை விடுத்து மீதம், 25 வீடுகளுக்கு மட்டும் அடித்தளமிட்டு சுவர் எழுப்பும் பணி நடைபெற்றுக் கொண்டிருந்தது.

ஓடுவேய்வதற்கான பணத்திற்காக மாவட்ட ஆட்சியரை மீண்டும் சந்திக்க சென்றார் கிருஷ்ணம்மாள். காத்திருந்த ஆட்சியர், 'கச்சா வீடு, பக்கா வீடு' திட்டத்தின் கீழ் ஒவ்வொரு வீட்டிற்கும் 10000 ரூபாய் வழங்கினார்.

'எல்லா செயல்களோடும் அருட்பெரும்சோதி தனிப்பெரும் கருணை' என்று வள்ளாரை நினைத்து மாவட்ட ஆட்சியருக்கு நன்றி கூறி தொகையை பெற்று வந்தார். முதல் இலக்கு குறித்த காலத்தில் 25 வீடுகளும் கட்டி முடிக்கப்பட்டன. காலம் காலமாக பாதுகாப்பாற்ற குடிசையில் வாழ்ந்த ஒடுக்கப்பட்ட மக்களின் வீடுகள் கல்சுவர்கள் எழுப்பப்பட்டு கம்பீரமாக காட்சி அளித்தன. மக்கள் மனதில் மகிழ்ச்சி வெள்ளம் கரைபுரண்டோடியது. குடிசைகளை மாற்றி தரமான நிரந்தரமான வீடுகளை தந்த தம்பதியர் விடிவெள்ளியாய் மின்னினர்.

ஈடு இணையில்லா இழப்பு

காந்திகிராமத்தில், 1950ல் இணைந்தகைகள் அன்று முதல் 2012 பிப்ரவரி வரை ஒன்றிணைந்தே பயணித்தன. இந்த நான்கு கால்களில் இரண்டு மட்டும் பிரிந்து, 62 கால இணையரை விட்டு சென்று விட்டது. ஆம், ஜெகந்நாதன் மறைந்துவிட்டார். இறுக்கமாகப் பிடித்திருந்த கைகள் விடுபட்டதும் சிறிது தடுமாறினார் கிருஷ்ணம்மாள். அவ்வப்போது உடல்நல பாதிப்பால் மூடிய கண்களில் இன்னும் ஆற்ற வேண்டிய மக்கள் பணி தெரிந்ததும் தேற்றினார். மனோதிடம் மிக்கவர் ஆதலால் மீண்டு லாப்டிக்கு திரும்பினார்.

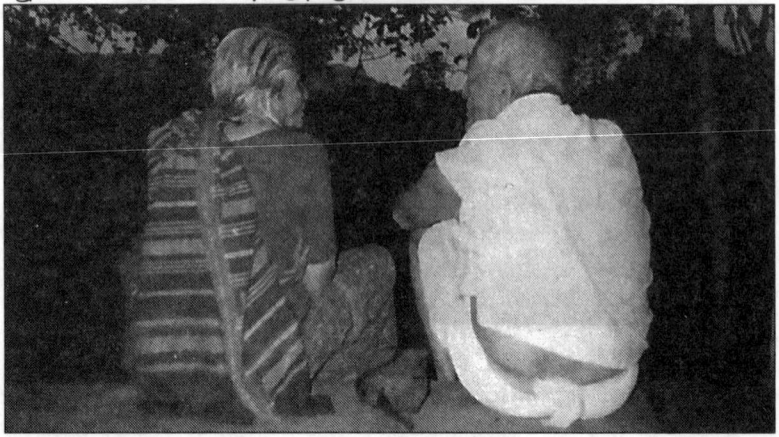

இன்றும் இயக்கம்

ராமாபுரம் வெற்றியைத் தொடர்ந்து சுனாமியால் பாதிப்படைந்த வீடுகளைக் கட்டித்தரும் திட்டத்தினையும் எடுத்து சிறப்பாக செயலாற்றினர். இதுவரை 500 வீடுகள் கட்டி முடிக்கப்பட்டு, 500 குடும்பங்கள் குடியேற்றப்பட்டுள்ளன. லாப்டியின் உறுப்பினர்களான கிராம மக்கள் இணைந்து 20 லட்சத்திற்கும் மேல் செங்கற்களை அறுத்து உதவினர். இதுவரை கட்டிய வீடுகள் போல் இன்னும் இரு மடங்கு வீடுகள் கட்டும் அளவிற்கு செங்கற்கள் தயார் நிலையில் இருக்கின்றன. இவ்வுலகை விட்டு அகலும் முன், 5000 வீடுகளை கட்டி முடிக்கும் இலக்கோடு, சிமெண்டு, தளம் அமைக்க தேவையான கம்பி போன்றவை வாங்க தேவையான நிதி திரட்ட அயராமல் அலைந்து திரிந்து கொண்டிருக்கிறார், கிருஷ்ணம்மாள்.

இடையறாது இயங்கிக் கொண்டிருக்கும் இவருக்கு வயது 92. இலக்கை விரைந்து முடிக்க இன்றும் அதிகாலை, 4:00 மணிக்கு எழுகிறார். இயற்கையை வணங்கி விட்டு அன்றாட அலுவல்களாக, செய்தித்தாள்களை வாசிப்பது, யாரை சந்திக்க வேண்டும் என்று பட்டியலிடுவது, அதன்படி செயலாற்றுவது என்று இயக்கம் தொடர்ந்து கொண்டே இருக்கிறது.

❖ தடாகம் வெளியீடு ❖

வியப்பின் உச்சம்

அவரை சந்திக்க காலை, *9:30* மணிக்கு வருவதாக தகவல் தெரிவித்து, 30 நிமிட காலதாமதத்தில் வீடு தேடி சென்றபோது, என்னை ஒரு ஏழு வயது பெண் குழந்தை வரவேற்றார். உட்காருங்கள், பாட்டி உங்களுக்காக தான் காலை, *9:00* மணியிலிருந்து காத்திருந்தார்கள். இப்பதான் போய் படுத்தாங்க, தகவல் சொல்கிறேன்... என்று உள்ளே சென்றார். கைபிடித்து அழைத்து வந்தார், அந்த அதி அற்புத மனிதரை.

'எல்லா செயல்களோடும்

அருட்பெரும்சோதி

தனிப்பெரும் கருணை...'

என, உச்சரித்தவாறே இருகரம் கூப்பி வணக்கம் தெரிவித்து வரவேற்றவரை நோக்கி தன்னியல்பாகவே கரம் கோர்த்தேன். வயதின் தள்ளாட்டம், பற்றிய கைகளில் பிரதிபலித்தது. என்னை பார்த்து. 'ரொம்ப தூரம் பயணம் பண்ணி வந்திருக்கீங்க... முதலில் சாப்பிடுங்கள்' என்று உபசரித்தார். 'உணவருந்தியே வந்திருக்கிறேன்...' என்றதும் 'களைப்பு நீங்க காபி குடிங்க...' என்றார்.

அந்த காலத்து மனுசி... விருந்தோம்பும் பாங்கு சிறிதும் மாறாமலே வாழ்கிறார்.

ஒரு சிறு புத்தகம் எழுதுவதற்காக, அவரைப் பற்றிய தகவல்களைப் பெற வந்திருக்கிறேன் என்பதை தெரிவித்திருந்ததால், முதல் நாள் இரவு *12:00* மணி வரை அமர்ந்து தகவல்களை குறிப்பெடுத்து இருந்தார் என்ற செய்தி என்னை வியப்பில் ஆழ்த்தியது.

இருக்கையில் அமர்ந்தும், படுக்கையில் படுத்திருந்தும், கைபிடித்து நடந்தும் மடை திறந்த வெள்ள மென தகவல்களை சொல்லிக்கொண்டே இருந்தார். அவ்வப்போது சிறு ஓய்வு, கண் திறந்ததும், 'ரொம்ப நேரம் காக்க வெச்சிட்டேனா...' என, பரிவுடன் வினவுவார்.

'என்னை பார்க்க வந்திருக்கீங்க, உங்களுடன் முழுமையாக அமர்ந்து பேசமுடியாம இந்த உடம்புபடுத்துகிறது...' என்று ஆதங்கப்பட்டார். 'இன்றைக்கே அனைத்து தகவல்களையும் தர வேண்டிய அவசியம் இல்லை... இனி அடிக்கடி வந்து உங்களை சந்திப்பேன்...' என்றதும் இளைப்பாறினார்.

மூப்பின் காரணமாக, சுருக்கம் விழுந்த தசைகள் அவர் பேசும் போதும் நடக்கும் போதும் ஆடிக் கொண்டே இருந்தன. பார்த்த உடனேயே

நம்மையும் பற்றிக்கொள்ளும் புன்முறுவல் நிறைந்த பொலிவான முகம். நடந்து நடந்தே பயணித்ததால் வலுவேறிய கால்கள். மக்களுக்காகவே இறைஞ்சியும், உரிமைக்காக ஓங்கியும் உழைத்த ஓய்வறியா கைகள். வயோதிகத்தால் உடல்நிலை சற்று ஒத்துழைக்க மறுப்பதால், ஓய்வெடுக்க வேண்டிய கட்டாய நிலையை வருத்தத்துடன் பகிர்ந்தார்.

தஞ்சை, நாகை, திருவாரூர் மாவட்ட கிராமங்களின் மக்கள் முன்னேற்றத்திற்காக இன்றைக்கும் தாலுகா அலுவலகம், தலைமைச் செயலகம், பத்திரிக்கையாளர் சந்திப்பு, மாவட்ட ஆட்சியர் சந்திப்பு, நன்கொடையாளரை சந்தித்து நிதி திரட்டுவது என, உற்சாகமாக பணி செய்து கொண்டே இருக்கிறார். டெல்லி சென்று வருவது, நவம்பர் மாதம் என்றால் மகாராஷ்டிரா செல்வது என, வருடம் முழுவதும் செயல்பாடுகளை வகுத்து செயலாற்றிக் கொண்டே இருக்கிறார். பயணங்களில் பக்கத்துணையாக, தங்கை வயிற்றுப் பேரன் காந்தியும், பெரிய அண்ணன் மகன் இளங்கோவனும் அருகில் இருக்கிறார்கள்.

மகள் மருத்துவர் சத்தியா உடல் நிலையின் மாற்றங்களைக் கவனித்து மருத்துவம் பார்ப்பது, உரிய நேரத்திற்கு அருந்த வேண்டிய சரிவிகித உணவை பட்டியலிட்டு உடனிருந்து கவனிப்பவர்களிடம் நேரத்திற்கு கொடுக்கச் சொல்லி பாங்குடன் பாதுகாத்து வருகிறார்.

மகள் வீட்டிற்கு வந்து ஓய்வெடுக்கும் காலங்களில் மாலையில் எதிர் வீட்டிலிருந்து வரும், 8 வயது சிறுவன் தமிழ் மற்றும் ஆங்கிலத்தில் கதை புத்தகங்களை வாசித்துக் காட்டுகிறார். தெருக்களில் சிறு நடையாக கைப்பிடித்து கதை பேசி அழைத்து செல்கிறார் என்று அறிமுகப்படுத்தினார்.

❖ தடாகம் வெளியீடு ❖

எவர் ஒருவரையும் வயதில் இளையவராக இருப்பினும் ஒருமையில் விளிக்காமல் மதிப்புடன் விளிப்பது அவரிடம் இருந்து கற்க வேண்டிய அரிச்சுவடி. இவ்வுலகை விட்டு நீங்கும் முன், குடிசைகள் அற்ற இந்தியாவை அல்லது தமிழகத்தை காண விழைகிறார். அதற்காக, 92 வயதிலும் அயராது இயங்கிக் கொண்டே இருக்கிறார். விடை பெறும்போது வீட்டிலிருந்து பேருந்து நிறுத்தம் வரை துணைக்கு ஒருவருடன் கைபிடித்து வந்து வழியனுப்பியது இந்த தலைமுறை மறந்துவிட்ட பாதை...

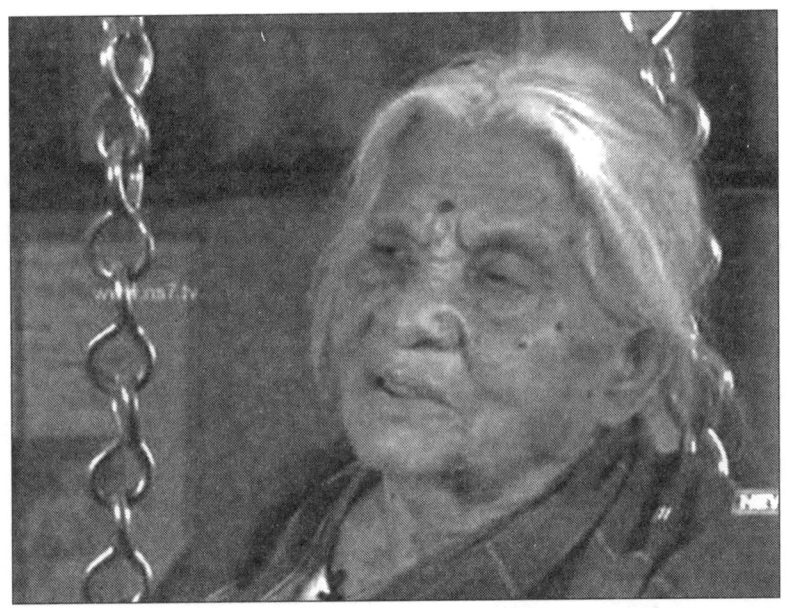

வாசல் தேடிவந்த விருதுகள்

1987 – சுவாமி பிரனவானந்தா அமைதி பரிசு, காந்தி அமைதி குழுமம், புதுதில்லி.

1988 – ஜம்னாலால் பஜாஜ் விருது, பஜாஜ் குழுமம், புதுதில்லி.

1989 – பத்மஸ்ரீ விருது, இந்திய அரசு.

1996 – பகவான் மகாவீர் விருது, பகவான் மகாவீர் குழுமம்.

1998 – காந்தி கிராமம் நிறுவன விருது, காந்திகிராமம் தொண்டு நிறுவனம், திண்டுகல்.

1999 – உலகளவில் பெண்களுக்கான அமைப்பின் விருது, சுவிட்சர்லாந்து.

2004 – சிறந்த பெண்மணி விருது, தமிழக தொண்டு நிறுவனம், தமிழ்நாடு.

2005 – இந்திரா ரத்னா விருது, இந்திரா ரத்னா தொண்டு நிறுவனம், கன்னியாகுமரி.

2006 – அமைதிக்கான நோபல் பரிசுக்கு பரிந்துரைக்கப்பட்டார்.

2006 – உலகில் அமைதிக்காக பாடுபட்ட 1000 பெண்களுக்கு அளிக்கப் பட்ட விருதில் இந்தியாவில் இருந்து தேர்ந்தெடுக்கப் பட்டார், ஜெனீவா பெண்கள் குழு, ஜெனீவா.

2007 – சிறந்த சாதனையாளர் விருது, பெண்கள் முன்னனி தொண்டு நிறுவனம், மதுரை.

2008 – ஓபஸ் (OPUS) விருது, செட்டில் பல்கலைக்கழகம், வாஷிங்டன், அமெரிக்கா.

2008 – வாழ்வாதார உரிமை செயல்பாட்டாளர் விருது (Right Livelihood Award), காந்திய வழியில் சமூக நீதிக்காக தொடர்ந்து தன் வாழ்நாளை அர்பணித்த அமைக்காக வழங்கப்பட்டது, ஸ்வீடன்.

2009 – வாழ்நாள் சாதனையாளர் விருது, எம்.ஜி.ஆர். மருத்துவ பல்கலைக் கழகம், சென்னை.

2010 – அண்ணல் அம்பேத்கர் விருது, தமிழ்நாடு அரசு.

2010 – பெண் சாதனையாளர் விருது, பாரதிதாசன் பல்கலைக்கழகம், திருச்சி.

2011 – அம்பேத்கர் சுடர் விருது, விடுதலை சிறுத்தைகள் கட்சி.

2012 – வாழும் மனிதம், ஸ்பார்க் (SPARK) தொண்டு நிறுவனம், மதுரை.

2013 – சிறந்த பெண்மணி விருது, புதிய தலைமுறை குழுமம், சென்னை.

2013 – ஓர் உலகம் ஒரு குடும்பம் விருது, ஜெர்மனி.

2013 – கிருஷ்ணராயர் மனித நேய விருது, கிருஷ்ணராயர் நிறுவனம், சென்னை.

2014 – சிறந்த பெண்மணி விருது, பக்தவச்சலம் பெண்கள் கல்லூரி, சென்னை.

2014 – நிகரில்லா சேவையை சமூகத்திற்காக ஆற்றியதற்காக கௌரவிக் கப்பட்டார், பாரத ஸ்டேட் வங்கி, சென்னை.

2015 – ராணி மெய்யம்மை ஆச்சி நினைவு விருது, ராஜா சர் அண்ணா மலை செட்டியார் நினைவு தொண்டு நிறுவனம்.

2015 – தேச தோழி (DESASNEHI) விருது, சர்வோதயா மண்டல், பெங் களூரு.

2016 – கௌரவ பட்டம், தமிழக ஆளுஞர் வித்யாசாகர் அவர்களால் வழங்கப்பட்டது, இந்திய பெண்கள் கூட்டமைப்பு.

2016 – பெண் சாதனையாளர் விருது, மெகா தொலைக்காட்சி, சென்னை.

2017 – தொய்வில்லா சமூகப்பணிக்கான கௌரவ பட்டம், தமிழக முதலமைச்சாரால் கௌரவிக்கப்பட்டார், தமிழக அரசு.

2017 – பெண் சாதனையாளர் விருது, இந்திய பெண்கள் கூட்டமைப்பு.

2018 – கௌரவ முனைவர் பட்டம் (HONORIS CAUSA), காந்தி கிராமம் பல்கலைக்கழகம், திண்டுகல்.

2018 – தமிழ் அன்னை விருது, விகடன் குழுமம், சென்னை.